வாடிவாசல்

Unauthorised use of the contents of this published book, whether in e-book or hardcopy format, for any type of Artificial Intelligence (AI) training — including but not limited to Machine Learning, Deep Learning, Natural Language Processing, Computer Vision, Chatbot Training, Image Recognition Systems, Recommendation Engines, and Language Models — is strictly prohibited without prior licensing from the publisher. Any such unauthorised use may result in legal action.

வாடிவாசல்

சி.சு. செல்லப்பா (1912 – 1998)

பிறந்தது மதுரை மாவட்டத்திலுள்ள வத்தலகுண்டு சொந்த ஊர் சின்னமனூர்.

சிறுகதை, நாவல், விமர்சனம், கவிதை, மொழிபெயர்ப்பு ஆகிய துறைகளில் செல்லப்பா பங்களித்திருக்கிறார். *சந்திரோதயம், தினமணி* இதழ்களில் உதவியாசிரியராகப் பணியாற்றினார்.

இவரது முதன்மையான சாதனை *எழுத்து* இதழ். மிக மோசமான பொருளாதார நெருக்கடியைப் பொருட்படுத்தாமல் அந்த இதழைப் பத்தாண்டு களுக்கும் மேல் கொண்டுவந்தார்.

பரிசு, பணம், புகழ் ஆகியவற்றைக் கண்டு மிரளக் கடைசிவரையிலும் மறுத்த படைப்பாளி அவர்.

புகைப்படம் எடுப்பதில் செல்லப்பாவுக்குத் தனி ஈடுபாடு உண்டு.

ஜல்லிக்கட்டுப் பற்றித் தமிழில் வெளிவந்த முதல் படைப்பு என்று ‘வாடிவாச’லைக் குறிப்பிடலாம்.

சி.சு. செல்லப்பா

வாடிவாசல்

காளையையும் காளை – அணைபவனையும்
பற்றிய ஜல்லிக்கட்டுக் கதை

காலச்சுவடு பதிப்பகம்

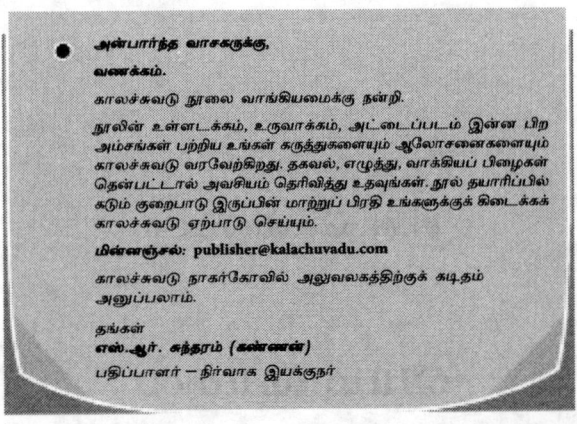

அன்பார்ந்த வாசகருக்கு,

வணக்கம்.

காலச்சுவடு நூலை வாங்கியமைக்கு நன்றி.

நூலின் உள்ளடக்கம், உருவாக்கம், அட்டைப்படம் இன்ன பிற அம்சங்கள் பற்றிய உங்கள் கருத்துகளையும் ஆலோசனைகளையும் காலச்சுவடு வரவேற்கிறது. தகவல், எழுத்து, வாக்கியப் பிழைகள் தென்பட்டால் அவசியம் தெரிவித்து உதவுங்கள். நூல் தயாரிப்பில் கடும் குறைபாடு இருப்பின் மாற்றுப் பிரதி உங்களுக்குக் கிடைக்கக் காலச்சுவடு ஏற்பாடு செய்யும்.

மின்னஞ்சல்: publisher@kalachuvadu.com

காலச்சுவடு நாகர்கோவில் அலுவலகத்திற்குக் கடிதம் அனுப்பலாம்.

தங்கள்
எஸ்.ஆர். சுந்தரம் (கண்ணன்)
பதிப்பாளர் – நிர்வாக இயக்குநர்

வாடிவாசல் ❖ குறுநாவல் ❖ ஆசிரியர்: சி.சு. செல்லப்பா ❖

© செ. சுப்பிரமணியன்

 ❖ முதல் பதிப்பு: 1959 ❖ காலச்சுவடு முதல் பதிப்பு: நவம்பர் 2003, திருத்தப்பட்ட இருபத்தொன்றாம் பதிப்பு: ஜூலை 2018, முப்பத்து ஏழாம் பதிப்பு: ஜூன் 2025 ❖ வெளியீடு: காலச்சுவடு பப்ளிகேஷன்ஸ் (பி) லிட்., 669, கே.பி. சாலை, நாகர்கோவில் 629001

vaaTivaasal ❖ Novelette ❖ Author: Si.Su. Chellappaa ❖

© C. Subramanian

 ❖ Language: Tamil ❖ First Edition: 1959 ❖ Kalachuvadu First Edition: November 2003, Revised 21st Edition: July 2018, 37th Edition: June 2025 ❖ Size: Crown ❖ Paper: 18.6 kg maplitho ❖ Pages: 104

Published by Kalachuvadu Publications Pvt. Ltd., 669, K.P. Road, Nagercoil 629001, India ❖ Phone: 91-4652-278525 ❖ e-mail: publications@kalachuvadu.com ❖ Printed at Mani Offset, Chennai 600077

ISBN: 978-81-87477-52-5

06/2025/S.No.208, kcp 5848, 18.6 (37) asss

என் தாய்மாமன்
வத்தலக்குண்டு
பி. எஸ். முத்துசாமி அய்யர்
ஞாபகத்துக்கு

சி.சு.செல்லப்பா (1912 – 1998)

சி.சு. செல்லப்பாவின் மிகச் சிறந்த படைப்பு 'வாடிவாசல்' என்று சொல்லலாம். இக் குறுநாவலை 1959இல் வெளியிட்டு அப்போது தொடங்கியிருந்த *எழுத்து* பத்திரிகையின் சந்தாதாரர் அனைவருக்கும் அன்பளிப்பாக அனுப்பினார் செல்லப்பா. வாசகர்களிடையே பெரும் பாராட்டைப் பெற்றிருந்த இந்தக் குறுநாவலின் இரண்டாம் பதிப்பு வெளிவந்ததாகத் தெரியவில்லை. ஆனால் 1992இல் பீகாக் பதிப்பகம் வெளியிட்ட 'வாடிவாசல்' சிறுகதைத் தொகுப்பில் இக்குறுநாவல் இடம் பெற்றது. பின்னர் *இந்தியா டுடே சிறப்பு மலர்* (1994)இல் வெளிவந்தது.

இந்தப் பதிப்பு செல்லப்பா வெளியிட்ட முதல் பதிப்பைப் பின்பற்றியே வெளிவருகிறது. *இந்தியா டுடேயில்* வெளிவந்தபோது அதற்காக ஓவியர் கே.எம். ஆதிமூலம் வரைந்த கோட்டோவியங்களும் இந்தப் பதிப்பில் இடம் பெறுகின்றன.

இக்குறுநாவலை வெளியிட அனுமதி அளித்த சி.சு. செல்லப்பாவின் மகன் செ. சுப்பிரமணியன், ஓவியர் ஆதிமூலம் ஆகியோருக்கு எங்கள் நன்றி.

பதிப்பாளர்

வாடிவாசல்

ஜெல்லிக்கட்டு ஒரு வீர நாடகம். அது விளையாட்டும் கூட. புய வலு தொழில்நுட்பம், சாமர்த்தியம் எல்லாம் அதுக்குவேண்டும். தான் போராடுவது மனிதனுடன் அல்ல, ரோஷமூட்டப்பட்ட ஒரு மிருகத்துடன் என்பதை ஞாபகத்தில் கொண்டு வாடிவாசலில் நிற்கவேண்டும் மாடு அணைபவன். அந்த இடத்தில் மரணம்தான் மனிதனுக்கு காத்துக் கொண்டிருக்கும். காளைக்கு தன்னோடு மனுஷன் விளையாடுகிறான் என்று தெரியாது. அதற்கு விளையாட்டிலும் அக்கறை இல்லை.

அதை மையமாக வைத்து புனையப்பட்ட இந்த கதையில் ஜெல்லிக்கட்டு பற்றிய வர்ணனை தத்ரூபமாக சித்திரிக்கப்பட்டிருக்கிறது. நுட்பமாகவும்கூட. ஒரு குறிப்பிட்ட வட்டாரத்து பேச்சு வழக்கிலேயே முழுக்க முழுக்க எழுதப்பட்டது. படிக்கும் போது சிலிர்ப்பு ஏற்படுத்தும் கதை.

விலை ரூ. 1-00
தபால் செலவு தனி

சி. சு. செல்லப்பா

சி. சு. செல்லப்பா, 19-A, பிள்ளையார்
கோவில் தெரு, திருவல்லிக்கேணி சென்னை-5

'வாடிவாசல்' விளம்பரம்
எழுத்து, செப்டம்பர் 1959

ஒரு தவ்வு, இரண்டு தவ்வு; மூன்றாவது தவ்வுக்கும் அவன் நின்றுவிட்டான்; மூன்று தடவையும் காளை அவனை உருட்டி எறிந்து கிழித்திருக்க வேண்டும்.

ஒத்தைக்கு ஒத்தையாகக் கோதாவில் இறங்கும் மிருகத்துக்கும் மனுஷனுக்கும் நடக்கிற விவகாரத்துக்கு இரண்டிலொரு முடிவு காணும் இடம் அந்த வாடிவாசல்.

அப்பன் ஆசைக்கு மட்டுமின்றி உசிருக்கே உலை வைத்த காரி, அதன் கொம்பில் இன்னும் அப்பன் ரத்தம் வழிந்து கொண்டிருப்பது போன்ற பிரமை ஏற்பட, அவனுக்கு நேர் எதிரில் வந்து நின்றபோது அந்தக் கிழக்கத்திய வாலிபன் பிச்சி...

அந்த வாடிவாசலில் மனுஷ ரத்தம் சிந்தலாம்; காளை உடலில் ஒரு சொட்டு ரத்தம் காணக்கூடாது. எதன் கை ஓங்குதோ அதுதான் தூக்கும். மனுசன் இதை விளையாட்டாக நினைத்தாலும் மிருகத்துக்கு அந்த விளையாட்டு தெரியாது. அதுதான் ஜல்லிக்கட்டு. மதுரை, ராமனாதபுரம் வட்டாரத்திலே இன்றைக்கும் பார்க்கிற விளையாட்டு. அதை வைத்து எழுதப்பட்ட கதை இது.

சில வருஷங்களுக்கு முன் *சந்திரோதயம்* பத்திரிகையில் வெளியானது. அதைப் பின்பு வளர்த்தி எழுதினேன். இந்தப் பக்கங்களை மூடி வைத்துவிட்ட பிறகும் அந்தக் காளையும் மனிதனும் வாடிவாசலும் உங்கள் நினைவில் இருந்து கொண்டே இருக்கும். இந்தக் கதை மூலம் ஒரு புது உலகத்தையே அறிமுகப்படுத்துவதாக நான் நினைக்கிறேன்.

சி. சு. செல்லப்பா

(முதல் பதிப்பின் முன்னுரை)

எதிர்ப்புச் சலனங்களின் களம்

தமிழ்நாட்டு வீர விளையாட்டு ஜல்லிக்கட்டு. காலங்களைக் கடந்து இன்றும் தொடர்ந்து வரும் விளையாட்டு இது. சங்க இலக்கியமாகிய கலித்தொகையில் ஆயர்கள் வாழும் முல்லை நிலத்தில் நடைபெறும் ஜல்லிக்கட்டுக் காட்சிகள் ஏராளமாக வருணிக்கப்பட்டிருக்கின்றன. அன்றைக்கு இவ்விளையாட்டுக்குப் பெயர் 'ஏறு தழுவுதல்'. ஏறு என்னும் சொல் காளையைக் குறிக்கும். 'காளையை அடக்கிக் கன்னியைக் கைப்பிடிக்கும்' மனிதக் காளைகள் பற்றிய சித்திரங்கள் அதில் அனேகம். புன்குருக்கன், சுரி நெற்றிக்காரி, நுண்பொறி வெள்ளை எனப் பலவகைக் காளைகளும் அவற்றைத் தழுவிச் சாய்க்கும் வீரத்தலைவர்களும் 'முல்லைக் கலி'யில் காட்சியாகின்றனர். 'எழுந்தது துகள்; ஏற்றனர் மார்பு; கவிழ்ந்தன மருப்பு; கலங்கினர் பலர்' என ஏறு தழுவும்

களக்காட்சி அங்கே வருணிக்கப்படும். போர்க்களத்திற்கு நிகராக அவ்விளையாட்டுக் களம் விரியும். காளையின் கொம்புகளைக் கண்டு அஞ்சுபவனை மறுபிறப்பிலும் விரும்பாத ஆயர் மகளிரைக் 'கொல்லேற்றுக் கோடஞ் சுவானை மறுமையும் புல்லாளே ஆய மகள்' என்று கூறுகிறது கலித்தொகை.

ஏறு தழுவும் வீரத்தை இயல்பான விளையாட்டாகக் கலித்தொகையில் காண்கிறோம். ஆரவாரமும் கள்ளுண்ட களிப்பும் மகிழ்ச்சியும் சோலையாடலுமாக அங்கே விளையாட்டு முடிகிறது. மனிதனுக்கும் மிருகத்துக்குமான போராட்டமாகிய இவ்விளையாட்டு வீரத்தை அளவிடும் விளையாட்டாக மட்டுமே இருந்தது அப்போது. பழங்குடித் தன்மைகள் மாறாத காலச் சமூக விளையாட்டாக ஏறு தழுவுதலை அறிய முடிகிறது.

கலித்தொகையை அடுத்து இவ்விளையாட்டு பற்றிய குறிப்பிடும்படியான சித்திரம் வேண்டுமானால் நாம் நாவலுக்குத்தான் வரவேண்டியதிருக்கிறது. தொடக்க நாவல்களில் ஒன்றான ராஜமய்யரின் 'கமலாம்பாள் சரித்திரம்' ஜல்லிக்கட்டுச் சித்திரம் ஒன்றைக் கொண்டிருக்கிறது. ஆனால் இதில் ஜல்லிக்கட்டு வீர விளையாட்டாக இல்லை. அதனுள் புகுந்துவிட்ட அதிகார அரசியல் தனக்கேற்ப விளையாட்டை வளைத்துக்கொள்கிறது. மிருகத்திற்கும் மனிதனுக்குமான போட்டி, மனிதனுக்கும் மனிதனுக்குமான போட்டியாகப் பரிணாமம் பெற்றுவிடுகிறது. அதிகாரம் படைத்த இரண்டு மனிதர்கள் தங்கள் பலத்தைச் சோதித்துக்கொள்ளும் களமாக ஜல்லிக்கட்டைக் கையாள்கின்றனர். மிருகம்—காளை—இங்கே அதிகாரத்தின் அடையாளமாக மாறிப்போய் விடுகிறது. தோற்றுப்போன காளையின் சொந்தக்காரரான ஜமீன்தார், காளைக்குக் கொடுக்கும் தண்டனை கொடூரமானது. காளையை நிறுத்தித் தன்னெதிரிலேயே உயிரோடு தோலுரிக்க உத்தரவிடுகிறார்.

ரொம்பவும் சுருக்கமாகப் போகிறபோக்கில் இதனைச் சொல்லிச் செல்கிறார் ராஜமய்யர்.

'கமலாம்பாள் சரித்திர'த்தை அடுத்து ஜல்லிக்கட்டு பற்றியக் குறிப்பிடத்தக்க சித்திரம் ஒன்றை கு.ப. ராஜகோபாலனின் 'வீரம்மாளின் காளை' என்னும் சிறுகதையில் காண்கிறோம். கள்ளர் சாதிப் பெண்ணாகிய வீரம்மாள் வளர்த்த காளையை அவளுடைய 'அயித்தான்' காத்தான் பிடிக்க முயன்றான். வீரம்மாளின் தந்தைக்கும் காத்தானுக்கும் நடைபெற்ற சாதாரணப் பேச்சு வீராப்பாக மாறிக் காத்தான் ஜல்லிக்கட்டுக் காளையைப் பிடிக்கிறான். காளையின் கழுத்தில் கட்டப்பட்ட துண்டை அவிழ்த்து எடுத்தும் விடுகிறான். கிட்டத்தட்ட அவனுக்கு வெற்றிதான். ஆனால் அதன்பின் ஏற்பட்ட விபத்து போன்ற ஒரு நிகழ்வில் காத்தான் காளையின் கொம்புகளில் சிக்கி உயிரை விடுகிறான். இந்த ஜல்லிக்கட்டு நிகழ்வால் பாதிக்கப்பட்ட வீரம்மாள் துயரத்தோடு அமர்ந்திருக்கிறாள். காத்தான் இறந்துபோனதற்கான துயரமென நாம் நினைக்கும்படி கதை உள்ளது. ஆனால் அது தன் காளை பிடிபட்ட துயரம்தான் என்பதைக் கதையின் முடிவில் அறிந்துகொள்கிறோம். கிட்டத்தட்ட ராஜமய்யர் கொடுத்த கதை முடிவுதான். வேல்கம்பை எடுத்துக் காளையின் மேல் பாய்ச்சுகிறாள் வீரம்மாள். இக்கதையில் ஜல்லிக்கட்டு பற்றிய விரிவான சித்திரம் இல்லை. ஆனால் நாட்டியக் குதிரையைப் போல் ஓரிடத்தில் நின்றுகொண்டு நான்கு புறத்திலும் திரும்பித் திரும்பிப் பாயும் 'நின்னுகுத்தி' காளைகள் பற்றிய விவரணை இடம்பெற்றுள்ளது. காளைகளுக்குச் சாராயம் புகட்டுதல் பற்றிய தகவலும் இதிலுண்டு. மிருக – மனிதப் போராட்டம் மனித – மனிதப் போராட்டமாக மாறிவிட்ட காலத்தின் நுட்பமான சித்திரத்தைக் கொண்டது இக்கதை.

மிருக – மனிதப் போராட்டம், மனித – மனிதப் போராட்டமாக மாறிவிட்டதை நுட்பங்கள் கூடிய படைப் பாக 'வாடிவாச'லை உருவாக்கியவர் சி.சு. செல்லப்பா.

சிறுகதை, நாவல், புதுக்கவிதை, விமர்சனம் எனப் பல தளங்களில் இடைவிடாதும் உக்கிரத்தோடும் இயங்கியவராகிய அவரது ஆளுமையை எழுத்து இதழ் சார்ந்த ஒன்றாக மட்டுமே குறுக்கும் பார்வை சமீபகாலத்தில் உருவாகி வருகிறது. 'எழுத்து' நடத்துவதற்கு அவர் பட்ட சிரமங்கள், புத்தகங்களைச் சுமந்து விற்றநிலை, பொருள் இழந்தும் இழக்காத பிடிவாதம் என அவரைப் பற்றிப் பேசுவதற்கு இருக்கும் விஷயங்கள் நிறைய. இன்றைய பார்வையில் அவருடைய படைப்புகளைத் தயக்கத்தோடு மறுதலிக்கும் ஒரு உத்தியாகச் சிறுபத்திரிகைத் தியாகம் முன்னிறுத்தப்படுகிறது. எனினும் அவருடைய படைப்புகளைப் பொருட்படுத்தும் பேச்சே அவற்றைவிட அர்த்தமுடையதாக இருக்கும்.

சி.சு.செல்லப்பா இன்றும் புதிதெனத் தோன்றும் சிறுகதைகள் சிலவற்றை எழுதியிருக்கிறார். ரொம்பவும் இயல்பாகத் தன்னைச் சுற்றியுள்ள சாதிகளைப் பற்றிய கூரிய அவதானிப்புகளைக் கொண்டவராக அவர் இருந்திருக்கிறார். மறவர் சாதியினரைப் பற்றிய அவர் கதைகள் சில வியப்பூட்டுபவை. அதிலொன்றுதான் 'வாடிவாசல்.' ராஜமய்யரின் 'கமலாம்பாள் சரித்திர'த் தாக்கத்தால்கூட 'வாடிவாசல்' உருவாகியிருக்கலாம். ராஜமய்யரும் சி.சு.செல்லப்பாவும் ஒரே ஊர்க்காரர்கள். ராஜமய்யர்மீது மிகுந்த ஈடுபாடு கொண்டவர் செல்லப்பா. ஆகவே 'கமலாம்பாள் சரித்திர'த்தின் சிறுபகுதியை எடுத்து 'வாடிவாச'லாக அவர் விரித்திருக்கலாம். இரண்டிலும் வரும் சம்பவங்களுக்கு இடையே ஒற்றுமை உண்டு. ஆனால் 'வாடிவாசல்' எட்ட முயலும் தளங்கள் விரிவானவை.

ஜல்லிக்கட்டு மற்ற விளையாட்டுகளிலிருந்து வேறுபடும் புள்ளி முக்கியமானது. எந்த விளையாட்டிலுமே சம்பந்தப்பட்ட இருவருக்கும் 'இது விளையாட்டுத்தான்' என்று தெரிந்திருக்கும். ஆனால் இதில் அப்படியில்லை.

மனிதனுக்கு விளையாட்டு; மிருகத்துக்கு அது தெரியாது. விளையாட்டு என்று அறியாத மிருகத்தின் பின்னணியில் இருக்கும் மனிதன், இதனை எத்தனையோ விதமாகக் கையாள வாய்ப்பிருக்கிறது. அதன் சாத்தியங்கள் சிலவற்றை 'வாடிவாச'லில் காணலாம். மனித சக்திக்கும் மிருக சக்திக்கும் இடையிலான போராட்டம் எனினும் மனிதனுக்குள் இருக்கும் சுபாவமான மிருகவெறியை வெளிப்படுத்தும் விளையாட்டாக இருக்கிறது. போராட்டத்தில் தோற்றுப் போன தன் காரி காளையைத் துப்பாக்கியால் சுட்டுக் கொல்லும் ஜமீன்தாரின் இயல்பு அதுதான். காளையை அடக்குவதை விளையாட்டாக அல்ல, அந்தக் காளையால் கொல்லப்பட்ட தன் தந்தையின் சாவுக்குப் பழிவாங்கும் செயலாகப் பிச்சி காண்பதும் அந்தச் சுபாவம்தான்.

காளை என்பது ஜமீன்தாருக்குத் தன் அதிகாரத்தின் அடையாளமாக இருக்கிறது. தன் காளையை அடக்க யாராலும் முடியாது என்பது ஒருபுறமிருக்க, அடக்க யாரும் வரக்கூடாது என்னும் அவரின் எதிர்பார்ப்பு மிகவும் முக்கியமானது. பிச்சி, காரி காளையைப் பிடிக்கப்போகிறான் என்னும் செய்தியை ஜமீன்தார் உறுதிப்படுத்திக்கொள்ளும் விதமும் அதனைத் தொடர்ந்து நடக்கும் உரையாடலும் முக்கியமானவை. 'காரி காளையை வச்சுத்தான் அவருக்கு எல்லாம்.' ஜமீன்தாரின் பெருமை, மரியாதை, அந்தஸ்து, அதிகாரம் ஆகிய அனைத்தையும் காப்பாற்றுவது காரி காளைதான். யாரிடமும் பிடிபடாமல் இருப்பதன் மூலம் காரி, இதனைச் செய்கிறது. காரியின் செயல்கள், அறிவு எல்லாம் சாதாரண மிருகத்தினுடையவை அல்ல. அது மனிதனைப் போலவே செயல்படுகிறது. பிச்சிக்கு எதிரில் நிற்கும் உருவம் காளையாக இருக்கலாம். ஆனால் அது காளை வடிவம் கொண்ட மனிதன். காரி பிடிபட்ட பின் மக்கள் பேசும் சொற்கள் ஜமீன்தாரின் காதில் சாதாரணமாக விழுவதில்லை. 'சமீன்தார் காதுகளில்

இவை வீசியடித்துக்கொண்டிருந்தன.' உடனே அவர் முகம் சடக்கென மாறி வெறுப்பு காட்டுகிறது. 'சமீன் மாட்டைக் கிளக்கத்தியான் பிதுக்கிப் போட்டான்', 'சமீன் மாடு களிஞ்சிருச்சு' என்ற சொற்களுக்குப்பின் அந்தக் காரி இனி ஜமீனின் அடையாளமாக எப்படி இருக்க முடியும்? ஜமீன் பெயருக்கே உலைவைத்த காரியின் உயிருக்கு உலை வைக்கப் படுகிறது.

மனித ஏற்றத்தாழ்வுகள் பொதுத்தளத்தில் அரங்கேறுகையில் உண்டாகும் சாதக பாதகங்களையும் 'வாடிவாசல்' நுட்பமாகக் கொண்டிருக்கிறது. ஜமீன் என்னும் அதிகாரம் படைத்த தனிமனிதன் முன், எத்தனை பெரிய வீரனாக இருப்பினும் பிச்சி கைகட்டி வாய்புதைத்து நிற்க வேண்டியிருக்கிறது. ஜமீன் 'சமூகத்துக்கு' அவன் காட்டும் மரியாதை உச்சபட்ச அடக்கம். ஜமீன்தாருக்கு முதுகைக் காட்டியபடி திரும்பி வரக்கூடாது; முகத்தைக் காட்டிக்கொண்டு பின்னாலேயே நடந்து வருகிறான். பிச்சி – மறச்சாதி. ஜமீன்தாரும் அதே சாதிதான். 'மொக்கையத் தேவர் காரிகிட்ட அம்புலித்தேவன் உலுப்பி விளுந்தான்கிற பேச்சுல்ல சாகறப்போ நிலைச்சுப் போச்சு' என்னும் வரியில் ஜமீன்தாரின் பெயர் மொக்கையத் தேவர் என்பதும் வருகிறது. எனினும் ஜமீன்தாரும் பிச்சியும் சம அந்தஸ்து உடையவர்கள் அல்ல. மறச்சாதிக்குள்ளேயே 'குடிபடைக்காரன், ஜமீன்தார், காணியாளன்' என இருக்கும் பிரிவுகளில் குடிபடைக்காரனாகப் பிச்சியைக் காணலாம். ஜமீன்தாருக்கென அமைக்கப்பட்டிருக்கும் மேடை, அவரைச் சூழ்ந்திருக்கும் பரிவாரங்கள், அவர் வீசியெறியும் பரிசுப்பொருள்கள், அவரே கீழிறங்கி வந்து தன் பெருந்தன்மையைக் காட்டிக் கொள்ளுதல் என அனைத்தும் ஜல்லிக்கட்டு என்னும் பொதுத்தளத்தில் அவர் தன்னைத் தக்க வைத்துக் கொள்ளும் முறைகள். ஆனால் இந்தப் பொதுத் தளம், ஜமீன்தார் தலையிட முடியாத எல்லைகளையும்

கொண்டது. வாடிவாசலில் காரி நுழைந்ததும் ஜமீன்தாரின் ஆளுகைக்குட்படாத எல்லை தொடங்கி விடுகிறது. காரிக்கும் பிச்சிக்கும் – காளைக்கும் மாடு பிடிப்பவனுக்கும் – இடையேயான போராட்டம் போர்க்களம் போன்றது. போர் தொடங்கியதும் ஜமீன்தார் வெறும் பார்வையாளராக மாறிவிடுகிறார். காரியோடு மோதும் பிச்சி, அங்கே ஜமீன்தாரின் முன் பவ்வியம் காட்டிய ஆளில்லை. வாடிவாசல் பிச்சியின் களம். இந்த வேறுபாட்டை மிகச் சில சொற்களில் அழுத்தமான முறையில் சி.சு.செல்லப்பா சாதித்துள்ளார்.

அதிகாரம், சாதி ஆதிக்கம் ஆகியவற்றின் மீதான எதிர்ப்புச் சலனங்கள் வெளிப்படும் இடமாகவும் அந்த ஜல்லிக்கட்டுக் களம் இருக்கிறது. பிச்சியின் தந்தை அம்புலி, காரியைப் பிடிக்க முயன்று தோற்றுப்போனவன். அவன் மகன், தந்தையைத் தொடர்கிறான். தந்தையின் தலைமுறையைச் சேர்ந்த, அல்லது அதற்கும் முந்தைய தலைமுறை ஆளான கிழவன் நுணுக்கமான விஷயங்களைத் தெரிந்து வைத்திருப்பவன். உள்ளூர எதிர்ப்புகள் நிரம்பியிருந்தபோதும் பழைய மதிப்பீடுகளைச் சுமந்துகொண்டிருப்பவன். அக்கிழவன் மூலமாகவே தகவல்களைத் தெரிந்துகொண்டு பிச்சியும் மருதனும் களம் இறங்குகிறார்கள். எதிர்ப்போர் பக்கமிருந்தே ஆதிக்கத்திற்கு ஆதரவாகச் செயல்படும் சக்திகள் இங்கே எள்ளி நகையாடப்படுகின்றன. அச்சக்திகளின் சதிச்செயல்கள், துரோகம் ஆகியவையும் மிகச் சாதாரணமாக ஒதுக்கப்படும் களமாக வாடிவாசல் அமைந்துவிடுகிறது. இது போர்க்களம். போரின் போது வெளிப்படும் எல்லா வகையான முகங்களையும் இங்கே காண முடிகிறது. ஜல்லிக்கட்டு என்பதே இங்கு ஓர் எதிர்ப்பின் வடிவமாக மாறிவிடுகிறது.

சி.சு. செல்லப்பா 'வாடிவாச'லைத் தொடங்கி வளர்த்துச் செல்லும் விதம், பாத்திரங்களை அதனூடே

உருவாக்கும் நுட்பம், படைப்பு எட்டக்கூடிய விரிவு பற்றிய உணர்வு அனைத்தும் உயர்ந்த படைப்பாளராக அவரைக் காட்டுகின்றன. ஜல்லிக்கட்டை மிருகவதை என்றும் காட்டுமிராண்டி விளையாட்டு என்றும் விமர்சிக்கும் ஜீவகாருண்ய நேசர்கள், ஜல்லிக்கட்டை வெவ்வேறு தளங்களில் வைத்துப் பார்க்கும் பார்வையைக் கொண்ட 'வாடிவாச'லை ஒரு முறையேனும் வாசித்துப் பார்க்க வேண்டும்.

பெருமாள்முருகன்

(ஆறாம் பதிப்புக்காக விரிவுபடுத்தப்பட்ட முன்னுரை)

ஜல்லிக்கட்டு ஆரம்பமாவதற்கு வெகு முன்னாடியே வாடிவாசலைச் சுற்றிக் கூட்டம் எகிறி நின்றது. இன்னும் மேலே மேலே வந்த வண்ணம்தான். வாசலை விட்டு வெளியேறும் காளையின் செறுமலுக்குக்கூட பயந்து ஒரு பயந்தாங்குள்ளி ஒரு எட்டுக்கூட பின்னரிக்க முடியாதபடி நெருக்கியடித்து நின்ற அந்தக் கூட்டத்தில், அநுபவமும் திறமையும் பெற்ற மாடு பிடிப்பவர்கள் டஜன் கணக்கில்தான் இருக்கும். மீதிப் பெருங்கூட்டம் கத்துக் குட்டி மாடு பிடிப்பவர்களும், ஆபத்தானது என்று தெரிந்தும் மாடு அணைவதைக் கிட்ட நின்று வேடிக்கை பார்க்கும் ஆர்வம் நிறைந்த கூட்டமும் கலந்து கட்டியாக உள்ளது.

வெயில் பட்டுப்பட்டுக் காச்சுப்போன, மூடி இராத அந்த அத்தனை கறுப்பு முதுகுகளையும் இன்னும் தகிப்புத் தணியாத பிற்பகல் சூரியனின் கிரணங்கள் துளைத்துக் கொண்டிருந்தன. துளிர்த்து வெடிக்கும் வேர்வைத் துளிகள் பளீரிட்டு நடு முதுகுக்கு ஓடிக் கலந்து வாய்க்கால் வகுத்து வழிந்தோடிக் கொண்டிருந்தன. மனிதனுக்குள்ளே அடங்கிக் கிடக்கும் சுபாவமான மிருகவெறி அந்தப் பொழுதுக்கு மேலோங்கி, பொங்கி நின்ற நிலையில், மிருக சக்திக்கும் மனித சக்திக்கும் இடையே நடக்கப் போகும் போராட்டத்தைக் காணத் தவிக்கும் பதை பதைப்பில், முதுகைச் சுடும் வெப்பம் அவர்களுக்குப் பெரிதாகப்படவில்லை.

மாடு விட இன்னும் வேண்டிய நேரம் இருந்தது. சூரியன் இன்னும் மேற்கில் சாய்ந்து ஓரளவு அதிக வெப்பம் தணியக் காத்துக்கொண்டிருந்தார்கள் முகாமைக்காரர்கள். தவிரவும் முதல் காளையை உருவி விடுவதற்கு முன்பு கிராமத்து தேவதை செல்லாயி அம்மனுக்கும், இன்னும் மற்ற ஊர்க்காப்பு தேவதைகளுக்கும் பூஜை எல்லாம் போட்டு ஆகவேண்டி இருந்தது. அதெல்லாம் முடிவதற்கும், காந்தல் குறைவதற்கும், எல்லாம் நேரம் சரியாகிவிடும்.

நாலா திசைகளிலிருந்தும், உச்சிப் பகலுக்கு முன்னாடியே இருந்து, சுற்று வட்டம் எட்டு நாழி, பத்து நாழி நடைபோட்டு வரக்கூடிய தூரத்து கிராமங்களிலிருந்து எல்லாம், முதுகிலே தொங்கும் சோற்று மூட்டையும், வீச்சுக்கையிலே சுழலும் கம்புமாக எட்டி நடைபோட்டு வாடிவாசலை நோக்கிப் போகிற சாலையோரமாகச் சாரிசாரியாக வந்துகொண் டிருந்தார்கள். வண்டி போட்டு வருகிற ஜனம், அது வேறே.

காளைகளின் வருகையும் இதற்குப் போட்டியாகத்தான். தொலைதூரத்திலிருந்து, முந்தின பொழுது மயங்கவும் வர ஆரம்பித்த காளைகளின் தொகைக்கு இன்னும் மேலே மேலே சேர்ந்துகொண்டிருந்தது, மூக்கணாங்கயிற்றிலே இரண்டு பிடி

கயிறு, மூன்று பிடி கயிறு போட்டு அடக்கிக் கொண்டுவரப்பட்ட காளைகள் இன்னும் வந்துகொண்டிருந்தன. தொழுவம் திறந்து மாடுகளை விட ஆரம்பித்த பிறகும்கூட வந்து கொண்டிருக்கும். இப்போதே மாடுகளும் மாட்டுக்காரர்களுமாக நிறைந்து, வாடிவாசலுக்குப் பின்னாடி வேலியடைத்து உருவாகி இருந்த கொட்டம் வழிந்து கொண்டிருந்தது.

செல்லாயி சாட்டு ஊரே அமர்க்களப்பட்டது. ஆத்தாவுக்குப் பூஜை போடுவதானால் கட்டுக் கட்டாமல் நடக்காது. ஜல்லிக் கட்டுக்குச் செல்லாயி சாட்டு பேர்பெற்றது. சீமை விட்டுச் சீமை தாண்டி மாடுகளைக் கொண்டு வருவார்கள், சாதாரண குடிபடைக்காரனும் சரி, காணியாளனும் சரி, பெரிய ஜமீன்தாரும் சரி. அவனவன் தன் மாட்டுப் பெருமையை, தன் சீமைக்கு அப்பாலே திக்விஜயம் செய்துகாட்டி மாட்டுக்கும் தனக்கும் பேர் வாங்கும் ஆசையில் முனைந்து நிற்பான்.

அதே நிலையாகத்தான் மாடு பிடிப்பவர்களும் வந்து மொய்ப்பார்கள். 'அட, மாடு அணைஞ்சா, செல்லாயி சல்லிக் கட்டுலே அணையனும். சங்குவாடின்னா அது சங்குவாடி! எல்லாமா கட்டுன்னு ஆயிரும்?' என்றுதான் பெருமைப் பேச்சு. ஜில்லாவின் கிழக்கு, தெற்குப் பிரதேசங்களிலிருந்து, அவனவன் வட்டாரத்திலே மாடு அணைகிறவன் என்று பேரெடுத்தவர்கள் எல்லாம் செல்லாயி ஜல்லிக்கட்டு வாடிவாசலைப் பார்க்க நெஞ் சைத் துருத்திக்கொண்டு திமிர்நடை போட்டுத்தான் வருவார்கள், "எவன் மாடுன்னு சொல்லிப் பிடிகயிறைக் கழற்றி, மூக்கணாங்கயிறை உருவிக்கிட்டு விடறானோ, அதைப் பார்த்துப் போடுவம்" – இதுதான் மாட்டுக்காரன் சவாலுக்குப் பதில்.

மிருகத்தை ரோசப்படுத்தி அதன் எல்லையைக் கண்டுவிட்டு, பிறகு அதை மனிதன் அடக்கி வசப்படுத்தி

வெற்றி காட்டத் துணிவதை ஒரு கலையாக சாதகம் செய்திருக்கிறார்கள் அவர்கள் அத்தனை பேர்களும். ஒன்று, காளையின் திமிலில் கைபோட்டு அணைந்து, கொம்பு இரண்டையும் கையால் பிடித்து அழுத்தி அது எகிறிவிடாமல் சில விநாடி நாலு கால்களில் அசையாமல் நிற்கச் செய்துவிட வேண்டும், ஏன், கால்கள் துவளத் தடுமாறி முட்டியிலே மடித்து அது கீழே சரியச் செய்துவிட வேண்டும். இல்லை, அவன் திறமைக் குறைவால் காளையிடம் அவன் வேலை பலிக்காமல் போய்க் கோட்டை விட்டுவிட்டு, தன் இயலாமையை ஒப்புக்கொள்ள வேண்டும், ஏன், காலில்லாதவன் மாதிரி முகத்தைக் காட்டிக்கொண்டு, காளைகிட்ட நெருங்காமல் இருந்துவிட வேண்டும் பயந்து. சாய்கிற சூரியனின் விழுகிற பொழுதில் அந்தக் கோதாவுக்குள், ஒத்தைக்கு ஒத்தையாக இறங்கும் மனுஷனுக்கும் மாட்டுக்கும் நடக்கிற பலப்போட்டியில் இந்த இரண்டிலொரு முடிவு காணும் - அந்த வாடிவாசலில்.

இந்த இரண்டிலொரு முடிவைக் காணத்தான் பிச்சியும் அன்று திட்டிவாசலை அடுத்த அடைப்பின் வலது பக்கத்து விளும்போரம் பதித்திருந்த கனத்த, பருத்த இடுப்புயர அணைமரத்தின் மீது நெஞ்சைப் பதித்துச் சாய்ந்துகொண்டு, உள்ளே இருக்கும் பனியன் வெளித்தெரியும்படியான அல்வாந்துணி குடுத்துணியும் முண்டாசுமாக நின்றுகொண்டிருந்தான். அவனை ஒட்டினாற்போல நின்றுகொண்டிருந்தான், அதேமாதிரி உடுத்து மருதன் - பிச்சியின் சகபாடி; அவன் மச்சானும்கூட. மாப்பிள்ளையும் மச்சினனும் பிரிந்து ஒரு ஜல்லிக்கட்டுக்குப் போனது கிடையாது.

நல்ல வேலைக்காரன் என்று சொல்லப்படுகிற எந்த மாடு அணைகிறவனும் இடம்பிடிக்கப் பறக்கும் இடம் அவர்கள் காலூன்றி நின்ற இடம்தான். ஒன்று வலப்பக்கம் இல்லாவிட்டால் இடது பக்கம். உள்தொழுவத்திலிருந்து

கொண்டு வரப்பட்ட காளை திட்டியில் அவிழ்த்து உருவி விடப்பட்டு, உள்வாடியிலிருந்து அடைப்பு வழியாகத் திட்டிவாசலுக்கு வந்து ரோஷக் கண்களுடனும் நீர்ப்பதமான மூக்கு நுனியுடனும் பளபளக்கும் ஈட்டிக் கொம்புகளை வெளியே நீட்டி அலைக்கும்போது காளைக்குத் தெரியாமல் மறைந்து நின்று அட்டத்திலிருந்து திடீரென அதன் மேலே விழுவதற்கு அதுதான் மிகச் சிலாக்கியமான, வசமான இடம். அதுதான் மிகுந்த அபாயகரமான இடமும்கூட. ஏனென்றால் வெளியேறும் அத்தனை மாடுகளில் ஒவ்வொன்றின் நோக்கமும் எப்படி இருக்கும், அவைகளில் அறிவுள்ள எந்தக் காளை அணை மரத்துக்குப் பின்னாடி நிற்கிறவனை முதலில் தேடிப் பார்க்கும் என்று குறிப்பாகச் சொல்லிவிட முடியாது, யூகிக்கவும் முடியாது, அந்த மாட்டின் ஞானத்தைப் பற்றி ஏற்கெனவே அறிந்து வைத்திருந்தாலொழிய. வம்ச பரம்பரையாக வரும் மாடு பிடிக்கிற தொழிலைக் கையாண்டு வருகிற பிச்சி அதுபற்றிய பரம்பரை ஞானம் நிறைந்த ஒரு தன்னிச்சயத்துடன் அங்கே நிலை எடுத்துக் கொண்டிருந்தான்.

எதையோ குறிப்பாக எதிர்பார்த்துக் கொண்டிருந்த ஒரு லேசான பரபரப்பு பிச்சியின் முகத்தில் பூச்சி பறந்துகொண்டிருந்தது. அவனுடைய கண்கள் அடிக்கொரு தரம், தொழுவத்துக் காளைகள் மிரண்டோ, வெறியோடோ எதிர்பாராத விதமாக வாடிவாசல் முன் உள்ள கூட்டத்தில் புகுந்துவிடாமல் இருக்கவும் வாசலைவிட்டு வெளியேறிய காளை திரும்பவும் தொழுவுக்குள் நுழைந்து களேபரம் விளைவிக்காமல் இருக்கவும் ஏதுவாக இரு பகுதியையும் வகுத்து அடைக்கப்பட்ட, ஆள் உயரத்துக்கு மேற்போன மரக்கட்டையடைப்பு வேலியின் இடுக்குகள் வழியாக தொழுவத்து உட்பக்கமாக தீக்ஷண்யமாகப் பார்க்கும். பிறகு நேர் எதிர் திசையில் திரும்பி, வாசலைவிட்டு வெளியேறிய காளை, அணைகிறவன் கைக்குத்தப்பி வழி தேடாமல்

நேராகப் போக, வழிவிட்டு 'பாதை காட்ட', நிற்கும் ஜனக் கூட்டத்தை வகுத்துச் செல்லும் ஆற்றை நோக்கிய பாதைப் பக்கம் தாவும். வாடிவாசலுக்குக் கொணர்ந்து பாதை காட்டி அழைத்துச் செல்லப்படும் பீப்பாய் பருமன் உடலும் கனத்த கழுத்துச் சதையும் கொண்ட காளைகளின் கழுத்துச் சலங்கைமாலைகளின் கலகல சப்தமும், தாக்கான கால்களில் குளம்புக்கு மேலே நான்கு கால்களிலும் கட்டியிருந்த பொடிச் சலங்கைகளின் கலீர் ஒலியும் அவன் காதுகளில் விழுந்துகொண்டே தான் இருந்தது. கம்பீரமான அசை நடைபோட்டு ஒன்றின்பின் ஒன்றாக அவை தம் ஓரே சதைப்பிண்டமான உடலை அந்தச் சிறிய ஒடுக்கமான திட்டிவாசல் வழியே நெளித்து, ஒடுங்கி, பிழிகிறமாதிரி திணித்துக்கொண்டு நுழைந்து அடைப்பு வழியாக உள் தொழுவத்துக்குப் போவதையும் திரும்புவதையும் பார்த்துக் காளைகளை அளவிட்டுக்கொண்டே இருந்தான். ஆனாலும் அவன் முகம் இன்னும் ஒரு கேள்விக்குறியுடனேதான் அலைந்து கொண்டிருந்தது.

"என்ன, மாப்பிளெ! வாடிபுரம் களுதே ஏச்சிருமா இண்ணைக்கு?" இருவரில் இரண்டு மூன்று வயது இளையவனான மருதன் சந்தேகக் குரலில் கேட்டான்.

"அப்படித்தான் தோணுது" என்று இழுத்துச் சொன்னான் பிச்சி. மருதனைவிட சந்தேக வலு அவனுக்கு அதிகம் இருந்ததையும், அப்படி ஏற்பட்டுவிட்டால் ஏற்படக்கூடிய பெரிய ஏமாற்றத்தையும் அந்த வார்த்தைகள் காட்டிக் கொடுத்தன.

"பூ! என்னவோ செல்லாயி சல்லிக்கட்டு சீமை பெத்ததுன்னு சொல்லிக்கிட்டாங்களேன்னு பார்த்தா!" எகத்தாளமாக வாய்விட்டுச் சிரித்துவிட்டான் மருதன்.

“ஆத்தாடி, நம்மூர் சந்தையிலே தமுக்கை அடிச்சி கிளிச்சுப் போட்டானே” என்று பிச்சி சிரித்துக்கொண்டே சொன்னான். “சும்மா, வெறும் பேச்சு!”

“அடேயப்பா, ஆயிரக்கணக்கா தொழுவிலே மாடுக முண்டிக்கிட்டு நிக்கிம்னு தம்பட்டம் அடிச்சானே, பாவிப்பய!”

“எல்லாம் இங்கிட்டு வந்து பார்த்தால்லே தெரியுது.”

இரண்டு பேர்களுடைய நொடிப்புப் பேச்சோடு மூக்கைச் சிணுங்கிக் கிளம்பிய ஒரு ஏளனச் சிரிப்பு சற்று பலத்தே வெளிவந்துவிட்டது. சிரிப்பு நிறகவும் தங்கள் முதுகுக்குப் பின்னால் ஒரு கனைப்பு கிளம்பியதைக் கேட்டுத் தோளுக்கு மேலாகக் கழுத்தைத் திருப்பிப் பார்த்தார்கள். உழுத வயல் மாதிரி, சுருக்கம் விழுந்த ஒரு கிழட்டு முகத்தில் கண்குழி ஆழத்திலிருந்து கிளம்பிய தீட்சண்யமான பார்வை அவர்களை ஒரு தரம் ஏற இறங்கப் பார்த்தது.

“யாரையா நீங்க, கிளக்குச் சீமைக்காரனுங்களோ?” கடைவாய்ப் பக்கங்களில் வெற்றிலைச் சார் தேங்கிய உதடு இடுக்கைச் சற்று விரித்து, பல் போனதால் சொல் தெளிவு கம்மிய உச்சரிப்புடன் கேட்டான் கிழவன். “பேச்சைப் பார்த்தா அப்படித்தான் தெரியுது.”

“ஆமங்க, பாட்டயா, சரியாச் சொல்லிப்பூட்டிங்களே!” என்றான் இளைஞன்.

பிச்சியும் தன் பார்வையை அந்தக் கிழட்டு முகத்துக்குக் குறுக்கிக் கொண்டே, உதடுகளில் லேசுப் புன்னகை உருள தலையை ஆட்டினான்.

“ஆமா, நீங்க பேசிக்கிட்டது காதுலே விளுந்திச்சு. நீ ஏதோ சொன்னே, அந்த தம்பி ரெண்டு சொல்லிச்சு,”

என்று கிழவன் அவர்களைக் கண்டிக்கும் பாவனையாக முகம் பார்த்துச் சொன்னான்.

“சும்மா எங்களுக்குள்ளே பேசிக்கிட்டு இருந்தோம் பாட்டையா, ஒண்ணுமில்லே” என்று மருதன் அதைப்பற்றி மேலே விவகாரமாகப் பேச விருப்பமில்லாத மாதிரி சொன்னான்.

“ஆனா வாய்விட்டுப் பேசிட்டீங்களே தம்பி, இந்தக் கிளட்டுக் காதுலேகூட சுரீர்னு விளும்படியா,” என்று கிழவன் விடாமல் தொடர்ந்தான். “அட, நீங்க நெனைச்சு பேசினீங்க, இல்லைன்னு வச்சுக்கிடுவோம். வாடிவாசல்லே நிண்ணு ரெண்டு நாளி பொறுத்துக்கிட்டு இருங்க. வெளியேர்ர காளகளை கணக்குப் போட்டுப்பேசுங்க தம்பி. ஐநூறு மாட்டுக்கு ஒண்ணு குறைஞ்சா சங்குவாடியிலே எச்சியைத் துப்பிட்டுப் போங்க, புரியுதா?” முகத்தில் அறைந்தமாதிரி ஒரு ஆத்திரத்துடன், பொக்கை வாயினாலே பாதி, புகையிலைச் சார் தேக்கத்தினாலே பாதி வார்த்தைகளை உளறிக் கொட்டினான் கிழவன். வெற்றிலை எச்சில் அவர்கள் முகத்தில் தூவானமாகத் தெறித்தது.

“சபாஷ் பாட்டயா, நல்ல போடு போட்டீங்க!” என்று பக்கத்தில் நின்ற உள்ளூர் குரல்கள் கெக்கலி கொட்டின.

கிழவனது சவாலும், மற்றவர்களது குலுங்கல் சிரிப்பும் பிச்சிக்கு சுருக்கெனப் பட்டாலும், சமாளித்து, அவர்களோடு கூடச் சிரித்துக்கொண்டு கிழவனைச் சமாதானப்படுத்த விரும்பிய மாதிரி அமரிக்கையான குரலில் சொன்னான். “பாட்டயா, செல்லாயி சல்லியைப் பத்தி எடுத்தெறிஞ்சு பேசற நெனப்புலெ நாங்க வார்த்தை வெளியே விடல்லீங்க. வேறே வித்யாசமா நினைச்சுக்கிடாதீங்க.” உள்ளூர்க்காரர்களோடு எதுவும் தகராறு வந்துவிடக் கூடாதே என்ற சிரத்தை அவன் குரலில் தொனித்தது. மருதனும் இதே வார்த்தைகளைத் திருப்பிச் சொல்லிப் பெரியவரைச் சாந்தப்படுத்த அக்கறை காட்டினான்.

வாஸ்தவத்தில் தங்கள் மனதில் இருந்ததைத்தான் கிழவனிடம் சொன்னார்கள் அவர்கள் இருவரும். செல்லாயி ஜல்லிக்கட்டை இகழ்ந்து பேசும் நினைப்பும் கடுகளவும் அவர்களுக்குள் இல்லை. உண்மையில், தான் பார்த்திருக்கிற, விரல்விட்டு எண்ணிவிடக்கூடிய பெரிய ஜல்லிக்கட்டுகளுக்குள் அதுவும் ஒன்று என்று வாடிவாசலில் காலெடுத்து வைத்ததுமே அவர்கள் மதிப்பிட்டு விட்டார்கள். தங்களுக்குள் பேசியும் இருந்தார்கள். பெரிய தொழுவம் கொள்ளாமல், மாடுகள் நிலைக்க இடம் இல்லாமல், வெளியேயும் சுற்றிக் காளைகள் நிற்பதை அவர்கள் பார்த்துக் கொண்டுதானிருந்தார்கள். வாடிவாசலில் நின்ற மாடு அணைகிறவர்கள் தொகையும் கணிசமாக இருந்ததையும் அவர்கள் கவனிக்காமல் இல்லை. ஆனாலும் –

“அப்படி ஒப்புக்கிடுங்க தம்பி, போவுது,” என்று அவர்கள் அடக்கத்தை ஏற்றுக்கொண்டு மன்னித்துவிட்டது போலச் சொன்னான் கிழவன். “ஆனா, ஒண்ணு சொல்றேன் தம்பி, என் நரைச்ச மீசை அனுபவத்திலே. இப்படி நாக்கை நீளவிட்டு பொக்குனு பேசறவங்க பக்கம் செல்லாயி கடைக்கண்ணைத் திருப்பினாலும் மோசம் வந்திரும் தம்பி, மனசுலே போட்டுக்கிடுங்க, ஆமாம்!”

“புத்தி சொல்லுங்க பாட்டயா, கேட்டுக்கிறோம். ஆத்தா மகிமை தெரியாமே பேசிடுவமா?” என்றான் பிச்சி விநயத்துடன். “எந்த நாய்க்கு அந்தப் புத்திக்குறைவு வருங்க? நல்லாக் கேட்டீங்க!”

“அதான் சொல்றேன்,” என்று கிழவன் தலையசைத்துக் கொண்டான். “ரொம்பத் தெரிஞ்சவங்க கணக்கா இவ்வளவு பேசிக்கிட்டமே தம்பி, உங்களைப்பத்தி விவரம் கேட்டுக்கிடல்லியே,” என்று ஆவல் காட்டும் முகத்துடன் அவர்களைப் பார்த்தான்.

"அதைச் சொல்றதுக்கு எங்களுக்கென்ன தயக்கம், பாட்டயா? என் பேரு பிச்சி; அவன் பேரு மருதன் — என் மச்சான்."

"அப்படியா, கிளக்கே எங்கிட்டு?"

"உசிலனூரு."

30 ● சி.சு. செல்லப்பா

"உசிலனூரா?" கிழவன் குரலை உயர்த்திக் கூவி விட்டான். "இல்லாட்டி பக்கமா?"

"உசிலனூரேதானுங்க. என்ன சம்சயம்?"

"சம்சயப்படல்லே, தம்பி. உசிலனூரா உசிலனூரா?" திருப்பித் திருப்பி இரண்டுதரம் முனகிக் கொண்டான் கிழவன். அந்தப் பெயரை உச்சரிப்பதிலேயே ஒரு பெருமை, ஒரு பாராட்டு, ஒரு பக்திகூட இருப்பதாகத்தான் கேட்டவர்களுக்குப் படக்கூடியது. "சல்லிக்கட்டு பிறந்ததே உசிலனூரு கருப்பத்துலேருந்து தானே தம்பி! அந்த மண்ணுலே பிறக்க போன சன்மத்திலே தவம் பண்ணிட்டு இருக்கணும் தம்பி. குளந்தைங்க பொறக்கிற போதே சங்குவாடியை நினைச்சுக்கிட்டுல்லா பொறக்கும் ஆத்தா வவுத்திலேயிருந்து. கும்பிட வேண்டிய ஊரு தம்பி – உங்க ஊரு! உசிலனூரா நீங்க?"

உற்சாகம் தாளாமல் வேகமாக உளறிப் பேசிய அவன் வாயின் உதட்டோரங்களில் தேங்கித் ததும்பிய ரத்தச் சிவப்பு எச்சில், நெளியும் உதட்டு இடுக்கிலிருந்து ஒழுகி வழிந்து அவன் நெஞ்சிலே படர்ந்து விழுந்தது. கிழவன் தன் இடது உள்ளங்கையால் அதைத் துடைத்து, தோள் துணியாலே முழுக்க அழித்து, வாயையும் துடைத்துக் கொண்டான்.

கிழக்கத்தியார்கள் இரண்டு பேரும் இந்தப் பாராட்டுதலைப் பெருமையுடன் ஏற்றுக்கொண்டார்கள். ஆனாலும் பதில் உபசாரமாக பிச்சி சொன்னான், "ஏன் பாட்டையா, உங்க செல்லாயி சல்லி அதுக்கு விட்டா கொடுத்திருச்சு? பாக்கிறமே."

கிழவன் இளித்துச் சொன்னான். "தம்பி, கிளவனை அப்படி யெல்லாம் குளுப்பாட்டிப் பேசி மயக்கிறமுடியாது. இளம்புள்ளே நீ. தெரியுதா? கிளக்குத்தி சல்லிக்கட்டு அது

31 ● வாடிவாசல்

வேறே.” கிழவன் தோள்களைக் குலுக்கிக் கொடுத்துக் கொண்டான். வேறே விஷயத்துக்கு மாற்றப்போவது போல் முகத்துடன் அவர்களைப் பார்த்தான். “ஆமாம் வாடிபுரம் காளையைப்பற்றி ரொம்ப அக்குஸாக் கேட்டுக்கிட்டீங்களே, இல்லியா? எது, காரியைத்தானே?”

அவர்கள் இருவரும் சட்டென சிரத்தை கொண்டு அர்த்தப் பார்வையுடன், “ஆமாம்,” என்று கூறிவிட்டு, கிழவன் மேலே கேட்கப் போவதை ஆவலுடன் எதிர்பார்த்தார்கள்.

“மூணாம் வருசம் கிளக்கேயிருந்து பெரியபட்டி சமீன்தாரு வாங்கிக்கிட்டு வந்தாரே—இரண்டாயிரம் ரூபாய்க்கு. அதைத்தானே சொல்றீங்க?”

“அதேதான், பாட்டையா,” மருதன் ஆவலை வெளிக் காட்டிக்கொண்டு கேட்டான். “இண்ணைக்கு சல்லிக்கு அது வராதுபோலே—” இழுத்தான்.

அவர்களைச் சுற்றிக் குரல்கள் கிளுகிளுத்து எழுந்தன. பொக்கவாய்க் கிழவன் உருட்டுச் சிரிப்பு சிரித்தான். “நல்லாக் கேட்டே தம்பி, அது வருமான்னு!” உளறிக்கொட்டி ஆரம்பித்தான்: “பெரியபட்டி சமீன் மாடுக வராமே செல்லாயி கட்டுக் கட்டி நான் பார்த்ததில்லே, என் மீசையும் நரைச்சுப் போச்சு. நல்லா கேட்டுக்க. இக்கிணிப் பயலா இருந்த நாளு முதல் நானும் ஒரு செல்லாயி சல்லி தவறினதில்லே. சமீன்தார் மாடுன்னு பேர் சொல்லி பரம்பரை வளக்கமா வந்திக்கிட்டு இருக்கு, தெரியுதா?”

“அதான் பாட்டயா, பெரியவங்ககிட்ட விவரம் கேட்டுக்கிறோம். இந்தப் பக்க சல்லிக்கட்டைப் பத்தி கேட்டுக்கிட்டதுதான், முதக்க இப்பத்தான் வாரோம்,” என்றான் பிச்சி கிழவனைத் தூண்டிவிட்டு விவரம் பேசச் செய்ய.

“அட, அதை நானும் அப்போவே தெரிஞ்சுக்கிட்டுத் தானே இவ்வளவு பேச வாரேன்,” என்றான் கிழவன் பெருமையுடன். “தொழுவம் திறக்கிற சமயத்துக்குத்தான் சமீன் மாடுகளைக் கொண்டுட்டு வருவாங்க. பெரியபட்டி மாடுங்களாலே வருசம் மூணு நாலு விளுக்காடு இல்லாட்டி செல்லாயி கட்டு ஒரு கட்டாத் தெரியாது, தம்பி! பெரியபட்டிமாடு வராதான்னு நல்லாக் கேட்டே போ. வருது, வந்துக்கிட்டுக்கூட இருக்கும். ஏன் இவ்வளவு உறுதியாச் சொல்றேன்னு பாக்கிறியா? அந்தா பாருங்க – அங்கிட்டு! ஜண்டையா முண்டாசும் கம்புமா நிக்கிறாங்களே, தெரியுதா? அத்தனையும் சமீன் ஆளுக. படையாத்தான் வருவாங்க. தெரியுதா?”

“சொல்லுங்க பாட்டயா, சொல்லுங்க. புதையலுக் கிடச்சமாதிரி நீங்க சேர்ந்துக்கிட்டீங்க,” என்று புகழ்ந்து சொன்னான் மருதன்.

புகழ்ச்சி தலைக்கு ஏறவே, கிழவன் தன்னை மறந்த பெருமைப் பேச்சிலே மூழ்கிவிட்டான். “அவுங்கதான் தம்பி இந்த சல்லியை நடத்தறவங்க. சல்லியே அவருதுதானே தம்பி, ஒரு முழு நோட்டை – ஆயிரம் ரூபாய்! அவரே உருமா வாங்கறதுக்கு அலக்கா தூக்கிக் கொடுத்திருக்காரு. சரி, இங்கிட்டு திட்டிவாசலுக்கு மேலே சிங்காரமாச் சோடிச்சு மேடைபோட்டிருக்கே – அது சமீன்தாருக்கு. சப்கலெக்டரு, சூபரிண்டு வந்தாக்க அவரு பக்கத்திலே உட்காந்துக்கிருவாங்க. மற்றப்படி வேறே வெளி நாய் அந்த மேடையை நக்கிப் பாக்கக்கூட முடியாது தம்பி, முடியாது. அவருக்குத்தான் முத மரியாதை, வமிச பரம்பரையாக அவுங்க பாட்டன் முப்பாட்டன் காலத்துலேயிருந்து. பாத்துக்க.”

கிழவனுடைய தற்பெருமைப் பேச்சை ரசித்துக் கேட்டுக் கொண்டிருக்கையிலேயே அந்த இரண்டு கிழக்கத்திய யுவர்களின் கண்கள் பாதை காட்டிப் போகிற வருகிற

33 • வாடிவாசல்

காளைகளையும் ஒரு கண் பார்த்துக்கொண்டேதான் இருந்தன. ஆற்றை நோக்கிப் பாதைப் பக்கமாக ஒரு பரபரப்பு ஏற்பட்டது. முண்டாசும் கம்புமாக இருந்த படை குழம்பி இருந்த கூட்டத்தை விலக்கிப் பிரித்து வழி சுத்தம் செய்வதில் முனைந்தது. களேபர சப்தம் கிளம்பியது.

"வருதுடோய்!"

"பெரியபட்டி காளைகள்!"

"பார்த்தியா தம்பி, வார்த்தை வாயிலே இருக்கிறபோதே அதுக வந்திருச்சு! சிம்மம் கணக்கா இருபது காளை ஒண்ணுக்குப் பின்னாடி நெட்டுக்கும் வாரதை கண்கொண்டு பாரு தம்பி!" கிழவன் உற்சாகத்துடன் கூவினான்.

காளைகள் கண்களில் படவும் கூட்டத்தின் உற்சாகம் அவிழ்ந்தது. ஒன்றுக்கு இரண்டாகக் கழுத்துக்களில் புரண்ட பட்டைச் சலங்கை மாலைகளுடனும், கால் சதங்கைகளுடனும் கலகலப்புக்கு இடையே பூமி அதிரும்படியாகப் பெருமிதி போட்டு, தூசியைக் கிளப்பிக்கொண்டு காளைகள் வந்தன.

மேலே ஏதோ பெருமைப் பேச்சைத் தொடரப்போன கிழவன், அந்த இளந்தாரிகள் இருவரும் தன் பேச்சை முகம் பார்த்துக் கேட்கவில்லை என்பதையும் அவர்கள் கண்கள் மாட்டுக்கு மாடு தவ்விக் கொண்டிருப்பதையும் உணர்ந்து கொண்டான். தன் பேச்சுத் தோரணையை மாற்றிக் கொள்ளப்போகும் ஒரு குரலைத் தருவித்துக் கொண்டு, அவர்கள் கவனத்தைத் திருப்பும்படியாக அவர்களை இன்னும் நெருங்கி நின்று 'தம்பிங்களா' என்று தீவிரம் தொனிக்கப் பேச ஆரம்பித்தான்.

"சொல்லுங்க, பாட்டயா, காது கேட்டுக்கிட்டுத் தான் இருக்கும்," என்றான் பிச்சி, காளைகளின் வழியே ஓடவிட்டுக் கொண்டிருந்த கண்களைக் கிழவன் பக்கம் திருப்பாமல்.

34 ● சி.சு. செல்லப்பா

"அந்தா, முதக்க வருது பாரு, கரம்பை காளை-யானைக்கு படாம் போர்த்தின மாதிரி சோடிச்சு-கட்டையா, ஈடுதாடா வளிச்சுவிட்டாப்லே. அது சமீன்தார் வீட்டுக் கன்னு. பார்க்கிறதுக்கு ஒரு மாதிரியாத் தெரியும். அணைச்சுப் பிடிச்சு அமுக்கிப் போடலாம்னுதான் தோணும். ஆத்தாடி, படுவிஷம். திமில்லே கைவைக்க வுடாது. போட்டவனை துணுக்கா உருட்டி எறிஞ்சிரும். ரெண்டு சீனிக் கிழங்கை குத்தி வச்ச மாதிரி கொம்பு பாரு. புடிக்கே வராது. மொண்ணைக் கொம்பு அள்ளையிலே தட்டிச்சுன்னா விலா விட்டுப்போகும்!" கிழவன் ஒரு மூச்சு சொல்லி நிறுத்தினான். காளை அவர்கள் முன் வந்து திட்டிக்குள் நுழைந்துகொண்டிருந்தது.

பக்கத்தில் நின்ற உள்ளூர்க்காரன் ஒருவன் தோளைக் கிழவன் தட்டி, தொடர்ந்தான், "என்னப்பா நான் சொல்றது சரிதானே? நம்ப சங்கிலிப் பயல் - அட, யாரு தெரியல்லே? முளிக்கிறே!"

"சொல்லு மாமா, தெரியுது. வத்தலக்குளம் காளையை அலக்கா தூக்கிவிட்டானே அவனைத்தானே சொல்றே? அதான் -" என்று விஷயம் தெரிந்ததாகக் காட்டிக் கொண்டான் அவன்.

கிழவன் ஒரு இகழ்ச்சிச் சிரிப்பு சிரித்தான். "வத்தலக்குளம் செவலையா? அது மாடுதானா? உளவு குட்டையில்லே அது! அதைப் போய் பேசறியே இப்போ. இதுகிட்ட பய மாட்டிக்கிட்டு என்ன துரட்டுப்பட்டான் தெரியுமா? அடி வவுத்திலே கொம்பைக் கொடுத்து தூக்கி அங்கிட்டு வீசி விட்டிருச்சு. மொண்ணைக் கொம்போ பய புளைச்சானோ -"

பிச்சியும் மருதனும் இதையெல்லாம் காதில் வாங்கிக்கொண்டே வழி காட்டப்படும் ஜமீன் மாடுகளின் போக்கு, நோக்கம், குணம் இவைகளை யூகிக்கப் பார்த்துக்

கொண்டிருந்தார்கள். ஏழெட்டு காளைகள் கடந்து போய்விட்டன.

"என்ன தாத்தா, பொழுதுக்கும் பேசிக்கிட்டே இருக்கீங்க, வார மாடுகளை பார்க்காம" என்று ஒரு துடியான பயல் கிழவனுக்குப் பின்னால் இருந்து கிறீச்சிட்ட குரலில் கத்தினான். கிழவன் பேச்சு சிறு பயலுக்கு ரசிக்கவில்லை, இல்லை—கிழவனிடம் இடக்குக் காட்டினான்.

"யாருடா என்னைப் பார்த்து அப்படிக் கேக்கறவன்" என்று கிழவன் பின்னால் திரும்பினான். பிச்சி, மருதன் கவனம் கூட இழுபட்டது. பையனைப் பார்த்துச் சிரித்தார்கள், பையன் துணிச்சலுக்கு. கிழவன் உரத்துச் சொன்னான்: "ஏண்டா, பசுமாட்டுச் சாணியை மிதிக்க பயந்த பயலே! செல்லியட்டு வேறே பாக்க வந்துட்டியாடா நீ? மாட்டைப் பாருன்னு என்னையா சொல்றே! கண்ணைக் கட்டிக்கிட்டு சலங்கை மாலை சத்தத்தை கேட்டுச் சொல்லட்டுமா எந்தந்த மாடு போகுதுன்னு. நாய்ப்பயலே! பேச வந்துட்டான் ஆளுன்னு! ஊட்டுக்குப் போய் உங்க ஆத்தா சேலைக்குள்ளே ஒண்டிக்கடா!"

ஒரே சிரிப்பு. பையன் அவமானம் தாங்காமல் 'போ தாத்தா' என்று முகத்தை கீழ்நோக்கி நீளவிட்டுக்கொண்டு பின்னாடிப் போய்விட்டான், இன்னும் ஐந்தாறு ஜமீன் காளைகள் போய்விட்டன, கிழக்கத்திய வாலிபர்கள் இருவரது கண்களால் மதிப்பிடப்பட்டு. அதது கிட்ட வரவும் கிழவன் அவைகளின் பூர்வோத்திரம், போக்கு குணம் இதெல்லாம் அந்த வாலிபர்களுக்குத் தன் அனுபவத்தைக் கொண்டு விளக்கிக் கொண்டிருந்தான். அதெல்லாம் அவர்கள் சிரத்தையாகக் கேட்டுக்கொண்டிருந்தார்கள். போகப் போக ஆவலுடன் கிழவனைத் தூண்டிக் கேட்கவும் செய்தார்கள்.

"இத்தினி மாடுக கொட்டு முழக்கோடு போயிடுச்சு," என்று மருதன் முனகி இழுத்தான். பிச்சி திரும்பிக் கிழவனைப் பார்த்துப் புன்னகை செய்தான். மருதன் முனகியதைக் கிழவனும் கேட்டான். "ஏன் தம்பி! என்ன அப்படித் துடியாத் துடிக்கிறியே!" என்று கிழவன் வெடுக்கென கேட்டான். "ஏன் விளப்போறியா அதுமேல. கேக்கறேன்!"

"அப்படிப் படுதா பாட்டயா உங்களுக்கு?" என்று பிச்சி சாந்தமாகக் கிழவனைக் கேட்டான்.

"இல்லெ, துடிப்புக் காட்டறதுலேயிருந்து மதிச்சுக்கிட்டேன்" என்றான் கிழவன். "இல்லாட்டி வாடில்லே நின்னு மாட்டைப்பத்திக் கேக்கறவன் விலைக்குப் பேசவா கேப்பான்? இதைப் புரிஞ்சுக்கிடாட்டி –"

பிச்சி சிரித்தான்; பேசவில்லை. "அதில்லே பாட்டயா" என்று மருதன் பேசினான். "பேருபெத்த மாடே, சும்மா, கண்ணாட்டுப் பார்க்கலாம்னுதான்."

கிழவனுக்கு அந்தச் சமாதானம் உள்ளுக்குள் போதுமானதாகப் படவில்லை. ஆனாலும் வெளிக்கு ஒப்புக்கொண்ட மாதிரி பேசினான். "ஆ! இப்போ தெரியுது தம்பி. உங்க பக்கத்து மாடுல்லே. அதான் சொல்லு! இரண்டு வருஷம் ஆகுதே அந்தக் கரும்பிசாசு சமீன்தார் கைக்கு வந்து. இரண்டு சல்லிலேயும் ஒரு அப்பனுக்கு மகன்னு சொல்லிக்கிட்டு அதுமேலே இந்த வட்டாரத்துலே விரல் வச்சவன் ஒருத்தன் இல்லே, ஆஹா!" என்று வெடிச் சிரிப்பைக் கிளப்பினான்.

நடுவில் காளைகள் வருகை தடைப்பட்டிருந்த அந்த சில நிமிஷங்களில் தங்கள் பக்கத்துக் காளை இந்த வட்டாரத்தில் பேர் எடுத்த வரலாற்றை அறிவதில் அந்த இரு வாலிபர்களும் சிரத்தை காட்டினார்கள்.

கிழவன் புகையிலை எச்சிலை ஒரு தரம் விரல் இடுக்கு வழியாக புளிச்சென்று தன் காலுக்குக் கீழே துப்பிவிட்டு, தொடர்ந்தான், "மீசை மொளச்சவனெல்லாம், அதை தொளுவத்துக்குள்ளற இருந்து கொண்டிட்டு வந்து, உள்வாடியிலே மூக்குக் கவுத்தை அவுக்கிறபோதே பம்மிருவானுங்க – வயக்காட்டு எலி வங்குலே இளுத்துக்கிறாப்போலே! நின்னு பார்க்கப் போறியே, அது ஆடப்போற ஆட்டத்தை! அது மோண்ட இடத்திலேகூட காலை வைக்க பயப்படுவாங்க! வேடிக்கையைப் பாரு – ஆமா, உங்க பக்கத்துலேயும் எவனாவது அதை –?"

மருதன் பதில் முந்திக் கொண்டான். "ஆமா, அங்கிட்டும் ஆளே கிடையாது, பாட்டயா! சும்மா சாடிக்கிட்டுதான் இருந்துச்சு."

"எல்லாம் கேட்டிருக்கேன் தம்பி."

"டுர்ரீ"ன்னு அதன் முகத்துக்கு முன்னாடியோ வால் பக்கமோ கத்திட்டா போதும்; பொறவு மீதியை பார்த்துக் கிட வேண்டியதுதான். வாடிவாசல்லே அதை அவுத்து விடறதுக்கே நடுக்கமாப் போச்சுங்க. அந்தப் பேரு நிக்கவும் தானே, அதே ஜோர்லே சமீன்தாரு வந்து கேக்கறப்போ இரண்டு முளு நோட்டுக்கு தள்ளிட்டாரு தேவரு. பேரு போதும், ரூபாயைக் கண்ணாலே பார்ப்போம்னு."

"எல்லா விவரமும் நல்லாத் தெரியும் தம்பி," என்று கிழவன் ஆரம்பித்தான். "நான்கூட ஒரு தவா உங்க உசிலனூர் சல்லிக்கட்டுக்கு வந்திருக்கேன், கவர்னரு வரார்னு கட்டினாங்களே அப்போ, என்ன, பிச்சித் தம்பி! எங்கிட்டோ பார்த்துக்கிட்டு இருக்கியே. உனக்குத் தானப்பா சொல்றேன்" என்று மறுபக்கம் பார்த்துக் கொண்டிருந்த பிச்சியின் கவனத்தை இழுத்தான்.

"கேட்டுக்கிட்டு இருக்கேன் பாட்டயா" என்று பிச்சி ஜாடையாக கிழவன் பக்கம் திரும்பினான். மருதனும் கிழவனும் பேசிக்கொண்டிருக்க விட்டு, தான் எதுவும் வார்த்தை

38 ● சி.சு. செல்லப்பா

சொல்லிக் கலக்காமல் கேட்டுக் கொண்டு மட்டும் இருக்க அவன் விரும்பினது மாதிரி இருந்தது. அவன் கண்கள் அப்போது பராக்குப் பார்த்துக்கொண்டிருந்தன. கிழவனுடைய வற்புறுத்தல் குரல்தான் அவனை ஜாடையாகத் திரும்பவைத்தது.

"சல்லின்னா அதுன்னா சல்லி! ஒருநாளு போதாமே மறுநாளுகூட விட்டாங்களே. இரண்டாயிரம் மாடுக இல்லே ஒரே முட்டா கட்டிக் கிடந்துச்சு!" என்று கிழவன் நாலைந்து வருஷங்களுக்கு முந்திய சம்பவங்களை ஞாபகத்துக்குக் கொணர்ந்து பேச பிரயாசைப்பட்டான். "ஆமாம்பா, நினைவுக்கு வருது. உங்க பக்கத்திலே பேரு பெத்த மாடு பிடிக்கிறவன் ஒருத்தன் இருந்தானப்பா. தொண்டைக்குள்ளர நிக்குது பேரு . . . அட, சீ, . . . சில்லாரியா, கருவலா, கொஞ்சம் வயசானவன் – இரு இரு, பிச்சித் தம்பி சாயலா இருப்பான். அவன் காளை மாறிக் காளையா விளுந்துக்கிட்டே இருந்தான். கவர்னரு கையாலேகூட மெடல் வாங்கினான். அட! பிசாசுக்குப் பிசாசா மேலே விளுந்தானப்பா, அவன் மனுசனா? ஒரு பிறவின்னா அவன்! அவன் பேரு . . . பேரு . . ."

வேறெங்கேயோ குறிப்பு இல்லாமல் பார்த்துக் கொண்டிருந்தான் பிச்சி. மருதன் மட்டும் கிழவன் முகத்தையே நிலைத்துப் பார்த்துக்கொண்டிருந்தவன், "பெரியவரு நல்லா ஞாபகம் வச்சிக்கிட்டு பேசறதை கேட்டியா?" என்றான்.

"என் ஞாபகம் நாசமாப் போச்சு போ! அவன் பேரு உதட்டுக்கு வல்லையே தம்பி."

"அம்புலியைச் சொல்றீங்களா பாட்டயா?"

"அந்தா பாரு, தம்பி! சொல்லிட்டியே. அம்புலி! ஆமாம் அம்புலி, அவனே தானப்பா. பாவிப்பய அவன்கூடச் செத்துப் போயிட்டானாமே அப்பா –

39 • வாடிவாசல்

மூணாம் வருசம் இந்த காரிக் காளை மேலே விளுந்து. சமீன்தார் கைக்கு மார்ரதுக்கு முன்னாடி சல்லியிலே. யமப்பய. அப்பா!" பெருமூச்சுவிட்டு நிறுத்தினான் கிழவன். "குத்து வாங்கி ஆறு மாதம் படுக்கையாக கிடந்தானாமே. அங்கிட்டிருந்து நம்ம ஊரிலே பெண் எடுத்தவங்க போன வருசம் இங்கிட்டு வந்திருந்தபோது சொன்னாங்க விவரம். உள்ளூர சீ வச்சிருச்சாமே. அவனோடே போச்சுப்பா அந்த சாத்திரமே, ஹூம்!" ஒரு பெருமூச்சுவிட்டு அந்தக் காலத்துத் தலைசிறந்த மாடு அணைகிறவனுக்கு மரியாதை நினைப்பு காட்டினான்.

மருதன் சடக்கென பிச்சி பக்கம் திரும்பி ஒரு அர்த்தப் பார்வை செலுத்தினான். பிச்சியின் முகம் இன்னும் எங்கோ பார்த்துத் திரும்பி இருந்தது. "பெரியவரு சொல்றதை கேட்டியா, பிச்சி? நல்லா ஞாபகம் வச்சுக்கிட்டு இருக்காரு." என்று சொன்னவன், கிழவன் முகத்துக்கு திரும்பி சிரமப்பட்டு ஒரு நிதானத்தை குரலில் தருவித்துக்கொண்டு, "பாட்டயா, அவரு மகன்தான் இந்த பையன்," என்றான்.

கிழவன் சில விநாடிகளுக்கு திக்பிரமை கொண்டு வாயெழாமல் பிச்சியின் முதுகை நிலைத்துப் பார்த்தவாறே நின்றான். பிறகு வார்த்தைகளைச் சேர்த்துக்கொண்டு, அவனை நன்றாக முழுக்கப் பார்க்க, தடுமாறி ஒரு எட்டு வைத்து பிச்சியின் தோளைத் தொட்டு இழுத்துத் திருப்பி, "அடப்பாவி மகனே!" என்றான். பக்கத்தில் இருந்த அத்தனை பேர்களும் பிச்சியையே உள்ளக் கிளர்ச்சியுடன் பார்த்தார்கள்.

பிச்சியின் கண்களில் நீர் தேங்கி நிற்பதைக் கிழவன் கவனித்தான். திடீரென்று வந்து எதோ அமுக்கினதுபோல அந்த கிழவனுக்கு அந்த இளைஞனிடம் ஒரு பாசம் ஏற்பட்டு விட்டது. "அம்புலிக்கு பிறக்கக் குடுத்து வச்ச பயடா நீ!" என்று கிழவன் உணர்ச்சிப் பெருக்கால் நாக்குழற பாராட்டினான். "பிச்சித் தம்பி!" என்று தோளை அமுக்கிக் கிழவன் சேர்த்தான்.

“மனுஷனும் சரி மாடும் சரி, வாடிவாசல்லே கண்ணீரு சிந்தப்படாது. மறச்சாதிக்கு அது சரியில்லே—அதுவும் அம்புலியை அப்பனா படைச்சவனுக்கு!”

“மாப்பிளே, பாட்டையா வார்த்தையைக் கேட்டுக்க,” என்று மருதன் குரலை உயர்த்தி, பிச்சி தற்போதைய சூழ்நிலை நினைவுக்குத் திரும்பச் செய்ய பேசினான்.

தகப்பனைப் பற்றிய புகழ்ப் பேச்சும் ஞாபகமும் சேர்ந்து உலுக்க, உணர்ச்சிகொண்ட பிச்சி விரல்களால் கண்களைக் கசக்கி நீரை உலரச் செய்துவிட்டு சுபாவமான முகத்துடன் கிழவனை அபிமானத்தோடு பார்த்தான். தன் தகப்பன் பெருமை இவ்வளவு தொலைக்கும் எட்டி இருப்பது கண்டு அவனுக்குத் திருப்தி; மனம் நிறைந்து இருந்தது.

“பிச்சிப் பையா, எங்ஙணே சுத்தி இங்கிட்டே வந்துட்டியே!” என்று கிழவன் அவன் முகத்தைப் பதியப் பார்த்துக்கொண்டே கூறினான். “ஆமப்பா. முகச்சாயலு நல்லாச் சொல்லுதே. அப்பனுக்கு மகன் தப்பாமேத்தான். வா, தம்பி,—மருத தம்பி, உனக்கும்தான் சொல்றேன். உக்காந்து வெத்திலை போடுங்க. அண்ணைக்கு அப்பனோடே வெத்திலை போட்டேன், இப்போ அவன் மகனோடே.”

“அப்போ, அப்பாருகூட பேசி இருக்கீங்களா, பாட்டையா?” என்று பிச்சி ஆவல் ததும்பக் கேட்டான்.

“அந்தக் கதையெல்லாம் சொல்றேன் தம்பி. உட்கார்ந்து வெத்திலை போடுவம். வாடி திறக்க எம்மா நேரம் இருக்கே,” என்று கீழே குந்தியிட்டு உட்கார்ந்து இடுப்பிலிருந்து வெற்றிலைச் சுருக்குப் பையை இழுத்து உருவினான் கிழவன். அவர்கள் கவனத்தைத் திருப்பக்கூடிய காளைகள் எதுவும் வராததால் இரண்டு இளவட்டங்களும் உட்கார்ந்தார்கள். கிழவனோடு பேச்சுக் கொடுப்பதில் அவர்களுக்கும் ஒரு சிரத்தை குவிந்து விட்டது.

கிழக்குச் சீமையில் பிரசித்திபெற்ற மாடு அணைகிறவன் மகன் அந்தப் பையன்—பேச்சுக்கு பையன் என்றாலும் — அந்த வாலிபன் என்ற செய்தி அந்த க்ஷணமே வாய்க்கு வாய் மாறி வாடிவாசல் முன் சூழ்ந்து நின்ற அத்தனை நூற்றுக்கணக்கானவர்களுக்கும் பரவி எட்டிவிட்டது. தொழிலில் ஈடுபட்ட அத்தனை பேரும் அவனையே ஆராய்ந்தார்கள், கண் உறுத்துப் பார்த்து. அவனவன் யூகத்திற்கு அகப்பட்டபடி பேசிக்கொண்டார்கள்.

"மாடு பிடிக்கத்தான் வந்திருப்பான் பய. அதுக்கு சம்சயம் வேறேயா?"

"கிளக்கத்தி ஆளு, துடியாத்தான் இருப்பான்."

"தகப்பனுக்கு மகன் சோடையாப் போயிருவானா என்ன?"

"சல்லிக்கட்டு ரோஷமாத்தான் இருக்கும்."

“உருமாலுக அத்தனையையும் தட்டிக்கிட்டுப் போயிரப் போறான் கிளக்கத்தியான்!”

“நம்ம பக்கத்தானுக அசந்தாப் போயிருச்சு?”

“சமீன்தார் மாட்டைக்கூட ஒரு கை...”

“ஹூம்! சமீன் மாட்டைப் புடிக்க இவன்தானா ஆளு? ஆண்டுப் பய!”

“கொம்புலேருந்து குதிச்சுப்புட்டானோ கிளக்கத்தியான்னா? வெறும் பேச்சுப் பேசிக்கிட்டு!”

கிழவன் தன் வெற்றிலைப் பை சுருக்கை உருவி, அரை வாடலாக இருந்த வெற்றிலைகளை எடுத்து மடியில் வைத்துக்கொண்டு, பையடியில் துளாவி தெக்கம் பாக்குகளை எடுத்து பிச்சிக்கும் மருதனுக்கும் நீட்டினான். நன்றாக உலர்ந்து போயிருந்த சுண்ணாம்புக் கட்டியை ஒரு தகர டப்பியிலிருந்து எடுத்து விண்டு ஆளுக்கொரு சிறு கட்டியும் இரண்டு வெற்றிலைகளும் கொடுத்தான். பாக்குக்குப் பிறகு வெற்றிலைக்குள் அந்தக் கட்டிகளை வைத்துச் சுருட்டி அவர்கள் கடைவாய் வழியாக பீடாவை வாய்க்குள் தள்ளினார்கள். கிழவன் லொண்டானை எடுத்து முன்வைத்துக்கொண்டு பாக்கை இடித்துக்கொண்டே பேச ஆரம்பித்தான். வழக்கமாக அவன் பேச்சுக் கொடுக்கும் அவன் ஊர் வட்டாரத்து ஆட்கள் ஞாபகமே இல்லை அவனுக்கு.

“பொளுது விளறத்துக்குள்ளர இத்தினி மாட்டையும் விட்டாகணும்” என்றான் கிழவன்.

“பின்னே ஏன் இன்னும் மசங்கிக்கிட்டு இருக்காங்க” என்று கேட்டான் மருதன். “சூரியன் மேற்காலே நல்லாச் சாஞ்சிருச்சே, பாருங்க!”

முன்பு கிழவனோடு வார்த்தை கலந்த அந்தச் சிறுபையன், "இவனுக எல்லாம் சல்லிக்கட்டு நடத்த வந்துட்டாங்களே," என்றான் பெரிய மனிதப் பேச்சாக.

"ஏண்டா, உங்க அப்பன் மவனே, அறிவு இருந்து பேசறவனா நீ, சீ களுதை," என்று அதட்டினான் கிழவன். "சமீன்தாரு வந்து சேர வேண்டாம். அவரு வராமே . . ?"

"இல்லே பாட்டயா, அவரு வந்து பங்களாவிலே தங்கி இருக்காரு" என்று பக்கத்தில் இருந்த ஒருவன் சொன்னான்.

"பின்னே, கொட்டு முழக்கோடே போய் அவரை அழைச்சிட்டு வரப் போயிருப்பானுங்க, பூசையெல்லாம் போட்டுப் போட்டு. அவருக்கென்ன, ராசிக்கார மனுஷன்! எந்த மாடு வாங்கினாலும் அதைத் தொட ஆளுக நடுங்கிச் சாவறானுங்க."

பிச்சி வியப்புடன் கிழவனைப் பார்த்தான், வெற்றிலையை மென்றுகொண்டே. கிழவன் ஒரு புகையிலைக் கட்டையை எடுத்துக் கிள்ளி ஆளுக்கொரு துண்டாகக் கொடுத்துவிட்டு லொண்டானில் வெற்றிலையையும் போட்டு இடித்துத் துவையலாக்கிக் கொண்டே சொன்னான்: "என்ன தம்பி, பாக்கறே? கொஞ்சம் ஒருமாதிரி மாடா இருந்தா நிமிசம் உதறிடுவாரு! வேறே எந்தப் பயலுக்கு அப்படி தெரியும்? சுழி சுத்தம், குணம், ரோஷம் பார்த்து அம்சமா பொறுக்கிறதிலே மன்னன்."

"அதெல்லாமில்லே மாமா," என்று கிழவனை மறுத்துப் பேசினான் மற்றொரு உள்ளூர்க்காரன். "சமீன்தார் மாடு, வம்பெதுக்குன்னு பேசாமே போயிரானுங்க. அதான் விசயம்."

"ஆமடா, விசயம் தெரிஞ்சவன் பேசிப் போட்டாண்டாப்பா!" கிழவன் கிருதக்காகச் சிரித்தான்.

“ஏன், உங்க சவுரிதான் விளுந்து விளுந்து பார்த்தானே பத்து வருசமா. அவனைவிடத்தான் ஆளு இனிமே நம்ம பக்கத்துலே . . .”

இதுவரை மௌனமாக இருந்த பிச்சி பேசினான். “பாட்டயா, நீங்க சொல்றது பேச்சுக்கு சரிதானுங்க. இருந்தாலும் ஒரேமுட்டாச் சொல்லிர முடியுமா? அததுக்கு ஆளு இல்லாமேயா இருப்பான்?”

சவால் விடுவதுபோல கிழவன் அவனை ஏறிட்டுப் பார்த்து குரலை உயர்த்திச் சொன்னான். “தம்பி, அண்ணைக்கும் சொன்னேன், இண்ணைக்கும் சொல்ரேன் — ஒரே நிலையா, எத்தனையோ கிளக்கத்திக்காரனுங்க இந்த வாடிவாசல்லே குடலை வெளியேத்திக்கிட்டுத்தான் போயிருக்கானுக, சமீன் மாடுகளாலே.”

கிழவன் பெருமை நினைப்பைக் குலைக்க விரும்பாத பிச்சி சவாலையும் ஜாடையாகப் புறக்கணிப்பதுபோல, “பாட்டயா சொன்னா சரியா இல்லாமே இருக்குமா? அதோ பாருங்க. கொட்டுச் சத்தம் கேக்குதுல்லே, வாராங்களோ?” என்று பேச்சைத் திருப்பினான். கிட்ட இருந்த எல்லோரும் பாதைப் பக்கம் பார்வையைத் திருப்பினார்கள்.

கொட்டு, மேள, தம்பட்ட சப்தம் காது செவிடுபடக் கேட்டது. ஒரே ‘ஹுய் ஹுய்’ சப்தம். பாதை இருபுறத்து ஜன வரிசையையும் கவிந்து இருந்த கூட்டத்தையும் பின்தள்ளி வழி அகலப்படுத்த ஜமீன் ஆட்கள் செய்யும் ஆர்ப்பாட்டம் அதிகமாகிக் கொண்டே இருந்தது. ஜமீன்தார் வரவும் எந்த விநாடியும் மாடுவிடுவது ஆரம்பமாகிவிடும். ஆதலால் கூட்டம் அங்கும் இங்கும் ஓடி இடம் பிடித்துக் கொண்டிருந்தது. முன் வரிசையில் ஜமீன்தாரும், சப் கலெக்டரும் வர, பின்னாடி பரிவாரங்கள் அணிவகுத்த மாதிரி வந்துகொண்டிருந்தார்கள்.

“இனி காக்கமாட்டானுங்க, இந்தா, மாடு விட்டிருவாங்க,” என்றான் கிழவன், மீதி வாட வெற்றிலையை

45 ● வாடிவாசல்

பைக்குள் திணித்து வெற்றிலைப் பையைச் சுருக்கிக் கயிற்றால் அதன் கழுத்தைச் சுற்றி இறுக்கிக் கட்டிக்கொண்டே.

"வாடிபுரம் காளை –" என்று மருதன் ஆவல் குரலில் இழுத்தான்.

"நல்லா கூட்டத்திலே பாரு தம்பி, சமீன்தாருக்குப் பின்னாடி," என்று கிழவன் அழுத்திச் சொன்னான். "ஒரு கரும் பய பிடிச்சுக்கிட்டு வாரான் பாரு, அதான். அவரு கிட்டே உள்ள உசந்த மாட்டை சமீன்தாரு தன் கூடவேதான் கொண்டிட்டு வருவாரு."

அமைதியாக இதுவரையில் இருந்த பிச்சி முறித்துக்கொண்டு எழுந்தான். கண் விழிகள் பிதுங்கி விடும்போல காளையின் திசையில் பரபரப்போடு பார்த்தான். முன்வரிசையில் வந்த சமீன்தார் முகம் அவன் கண்களில் விழவில்லை.

"பதறாதே தம்பி, களுதை சங்குவாடிக்கு வாராமே எங்கிட்டுப் போயிறப் போகுது" என்று கிழவன் பிச்சியின் பதட்டத்துக்கு சூடு கொடுத்தான். "நல்லாப் பாரேன். உங்கப்பாரு கைபோட்ட மாட்டை. பொல்லாத் துணிச்சல்காரனப்பா உங்கப்பன், என்னதான் இருந்தாலும். அததுக்கு வயசுன்னு இருக்கிறப்போ ஊக்கமா அந்த வயசுலே அது மேலே போய் விழுந்தானேப்பா! அப்படி யென்னப்பா ரோஷம், ஹூம்!" கிழவன் ஒரு பெருமூச்சு விட்டுவிட்டு நிறுத்தினான்.

அந்த இளைஞர்கள் இருவர் முகமும் அவனைப் பார்த்து இல்லாவிட்டாலும் அவர்கள் அவன் சொல்வதைக் கேட்கிறார்களா என்பதை ஆராயாமலே கிழவன் பேசிக்கொண்டே போனான். "இவனுகளும் இருக்கானுங்களே! ஒரு பத்துப் பேர் சுத்திக்கிருவானுங்க. மானாங்காணியா நின்னு காளைக்கு டுர்ர்ரீ காட்டுவானுங்க,

முகத்திலே மண்ணை வாரிக்கூட இறைப்பானுங்க. கம்பாலே முகத்தை தட்டுவானுங்க. பூ! உங்கப்பன்காரன் என்ன லாகவமா கைபோட்டானாமே இந்த காளை மேலே, கொசு உட்கார்ராப்லே. நான் பாக்காட்டியும் பாத்து வந்தவங்க சொன்னாங்க தம்பி. இது ராட்சதப் பய மாடு. என்னவோ அவனுக்கு அப்படி விதி முடிஞ்சிச்சு. மிருகத்தோடே விளையாட்டு வச்சுக்கிட்ட தொல்லை இது. எண்ணைக்கும் உசிரு நம்முது இல்லேன்னு எடுத்து வச்சிடவேண்டியது தானே!"

பிச்சி திரும்பவே இல்லை. மருதன் மட்டும் ஒருதரம் கிழவனை நடுவில் திரும்பிப் பார்த்துச் சொன்னான். "அவுங்க அப்பன் சொல்லிச் செத்தாரு: வயசுக் காலத்திலே இல்லாமே வயசான காலத்திலே, இல்லெ இந்தக் காரிக்களுதை கண்ணிலே பட்டிருச்சு. இல்லாட்டி அந்த ஒரு பிடியிலே சகதியிலே அமுக்கிறாப்லே அமுக்கி இருப்பேன். இப்போ, மொக்கையத் தேவர் காரிகிட்ட அம்புலித் தேவன் உலுப்பி விளுந்தான்கிற பேச்சுல்ல சாகறப்போ நிலைச்சுப் போச்சு."

கிழவன் அந்த வார்த்தைகளை வாங்கி மெல்வதுபோல சில விநாடிகள் மௌனமாக இருந்தான். பிறகு, "அவன் உப்புப் போட்டு சோறு தின்னவன், தம்பி, இந்தக் கயவாளிப் பயக மாதிரி இல்லை. வயசுல்லே அவனுக்கு சத்துருவா வந்திச்சு!" அம்புலிக்குப் போதிய மரியாதை செலுத்திவிட்ட திருப்தியுடன் கிழவன் பிச்சியைப் பார்த்தான். அவன் கண்கள் வரும் காளையையே நோக்கிப் பசையொட்டி நிலைத்து இருந்தன. அதே சமயம் ஜமீன்தாருக்குப் பின்னாலிருந்து சலங்கைமாலையின் கலகல சப்தம் வாடிவாசலுக்குக் கேட்டது.

காளையின் முகம் தெரியவும் கிழவன் ஒரு பார்வையுடன் பிச்சி பக்கம் திரும்பினான். பிச்சி காளையைக்

கவ்விப் பார்ப்பதைக் கண்டு சூடாக இரண்டு வார்த்தைகள் சொல்லி அவன் உற்சாகத்தைச் சுண்டி இழுக்க நினைத்தவன் மறு நினைப்பில் இனி, 'பதறாமே பாத்துக்கிட்டு இரு' என்ற புத்தியைக் காதில் போட்டுக் கொள்ளும் சுமுகத்தில் பிச்சி இல்லை என்பதை யூகித்து நிறுத்திக் கொண்டான்.

பட்டத்து யானைக்குப் படாம் போர்த்தின மாதிரி பல வர்ணப் பட்டு, ஜரிகை, ஜிகினா இவைகளால் ஆன சிங்காரப் பொன்னாடை திமிலுக்கு முன்னிருந்து புட்டாணி வரைக்கும் முதுகோடு படிந்து இருபுறமும் மணிக் குஞ்சலங்களுடன் தொங்க, ஒரே புஷ்பாலங்காரமாக ஜல் ஜல் என்று சலங்கை மாலையும், கொம்பு, கால் சதங்கைகளும் அசைவுக்கு அசை விட்டு விட்டு ஒலிக்க, நாட்டியக்காரி மேடைக்கு வருகிற மாதிரி நிமிர்ந்து நிமிராமலும் முகம் லேசாகத் தணித்துக் கண்கள் கீழ் நோக்கி இரு பக்கமும் பார்க்க கம்பீர நடைபோட்டு அமரிக்கையாக வந்தது காரி.

தனக்கு முன் நெருக்கி வந்து நின்றவர்களை முண்டித் தள்ளிவிட்டு நகர்ந்து முன்வந்து பிச்சி அதை வெறியோடு பார்த்தான். அப்பன் ஆசைக்கு மட்டுமின்றி உசிருக்கே உலை வைத்த காரி பெருமித நடைபோட்டு அவனுக்கு நேர் எதிரில் வந்து நின்றது. காளையைப் பிடித்திருந்தவன் அதை யாவரும் பார்க்கச் செய்யும் நோக்கத்துடன் கயிறைக் கொஞ்சம் தளர்த்திப் பிடித்துக்கொண்டு காளை நாலெட்டு முன்னும் பின்னும் தன்னிச்சையாக மிதி மாற்ற விட்டான். அதன் காற்றுப் படுவதற்கே பயந்து, வட்டமாகக் கவிந்த கூட்டம் பின்னரித்து கொடுத்துக் கொண்டது.

அப்பனைக் காரி கொந்தி எறிந்தபோது தான் சற்றுத் தள்ளி நின்றது பிச்சிக்கு ஞாபகம் இருந்தது. "என்ன ஆனாலும், நீ குறுக்கே விளுந்திராதே. அப்பன் ஆணைடா. எனக்கப்புறம் இந்த வாடியெல்லாம் ஒன்

ராச்யம் தான், பொறுத்துக்க. காரி உனக்கு இப்போ இல்லே" என்று எச்சரித்து, "பையனை விட்டுடாதீங்க வாடிவாசல்லே" என்று பக்கத்தில் நின்றவர்களிடம் தன்னைச் சிறைப்படுத்திவிட்டு காரி மேலே பாய்ந்ததை நினைத்துக் கொண்டான். அப்பன் குடல் வெளியே வந்தபோது ஊற்றாகப் பெருகி வழிந்த ரத்த வாசனை இப்போது அவன் மூக்கில் நெடியேறிற்று. காளையின் கொம்புக்குக் கண்களைத் திருப்பினான். கொம்பில் அப்பன் ரத்தம் இன்னும் வழிந்துகொண்டிருப்பதுபோல் அவனுக்குப் பிரமை ஏற்பட்டது. அந்தக் கொம்பிலிருந்து ஒரு வீச்சம் அவன் மூக்கில் அடித்த மாதிரி, மூக்கை ஒரு தடவை சிணுங்கி மூச்சை வெளியே தள்ளினான்.

வாடிவாசல் அணைமரத்தையும் அதை ஒட்டியிருந்த அடைப்புப் பலகைகளையும் தன் ஈரமான நுனிமூக்கால் முகர்ந்து பார்த்துக் கொண்டிருந்தது காரி. பிறகு தலையைக் கீழ்ச் சாய்த்துத் தரையை முகர்ந்தது. ஒரு தரம் செறுமிவிட்டு ஒரு வலுவான மூச்சுவிட்டது. அந்த மூச்சுக் காற்று பட்ட இடத்திலிருந்து மண் பக்கங்களுக்குச் சிதறி யடிக்க, ஒரு லேசான பள்ளம் விழுந்தது.

அந்த மூச்சில் இருந்த உஷ்ணத்தை பிச்சி கவனித்து முழங்கையை ஒட்டினாற்போல நின்றுகொண்டிருந்த மருதன் பக்கம் திரும்பினான்.

"பிச்சி, சும்மா ஊட்டம் ஏறிப்போய்க் கிடக்குது பாரு, குண்டுருட்டா," என்றான் மருதன் ஆச்சர்ய குரலில். "என்ன கரிமப்பு!"

காளையைப் பார்த்துக்கொண்டே பிச்சி தலை அசைத்தான்.

கிழவனின் பலத்த பொக்கைச் சிரிப்பு அவர்களது கவனத்தைத் திருப்பியது. "என் மக்களா, சமீன்தாரு கையிலே வேறே எப்படி இருக்கும்னு நினைச்சீங்க? எலும்பும் தோலுமாவா? அஹ்ஹ ஹா! ஒரு அடிமாட்டைக்

கொண்டாந்து சமீன் தொளுவத்திலே கட்டிப்பாரு தம்பி, ஒரு மாதம்! அது களுதைப் புலி ஆகாட்டி என்னைக் கேளு, ஆமாம்!"

உள்ளூர ஓடிய பரபரப்பினால் இதை முழுக்க ரசிக்கத்தக்க மனநிலை பிச்சிக்கு அப்போது இல்லாது போனாலும் ஒரு மென்னகை செய்தான். பார்வையைக் காளைக்குத் திருப்பினான்.

காளையைப் பார்த்துக்கொண்டு சற்றுத் தள்ளிச் சில விநாடிகள் நின்ற ஜமீன்தார் பிறகு திட்டிவாசலுக்கு மேல் போட்டிருந்த மேடையை நோக்கி நடந்தார், காளையை சற்று ஒதுக்கிப் பிடித்துக்கொள்ளவும் அப்போது அங்கு கொண்டுவந்து சாத்தப்பட்ட ஒரு ஏணி மேல் ஏறி ஜமீன்தார் மேடை விளும்பில் சற்று நின்று ஒரு தரம் கழுத்தைச் சுற்றி வளைத்துத் திருப்பி ஜல்லிக்கட்டு கூட்டத்தையும் அமைப்பையும் அளவிட்டுவிட்டு தன் ஆசனத்தில் உட்கார்ந்து கொண்டார். அவ்வளவு பெரிய ஏற்பாட்டுக்கு தான் பொறுப்பு என்ற நினைப்பில் அவருக்குள் ஏற்பட்ட ஒரு பெருமைத் திருப்தி அவரது முகத்தில் வெளித் தெரிந்தது.

காரியைப் பிடித்துக் கொண்டிருந்தவன் மறுபடியும் காளையை நடுமத்தியில் கொண்டுவந்து நிறுத்தினான். அதே சமயம் ஓரமாக நின்றிருந்த தமுக்குக்காரன் வேகமாக நடுவுக்கு வந்து காளைக்கு முன் நின்று அதன் முகத்துக்கு நேரே பிடித்து வெகு உற்சாகமாகத் தமுக்கு அடித்தான்.

"அட, களுதைகளா, ஏன் கத்திரீங்க?" என்று கிழவன் பலக்கக் கத்தினான். "தமுக்கு சொல்றதை கேட்கலாம்!" இன்னும் பல குரல்கள் அங்கங்கே வாயமர்த்தின. தமுக்குக்காரன் ஒரு மூச்சு அடித்து ஓய்ந்து நிறுத்திவிட்டு, கூட்டத்தைச் சுற்றிப் பார்த்துவிட்டு ஆரம்பித்தான்:

"ஈரேழு உலகம், அஷ்டதிக்குகளிலும் ஜயக்கொடி நாட்டிய தீர வீர பராக்கிரம பெரியபட்டி சமீன்தார்

எசமானுடைய இந்தக் காரிக் காளை கொம்புக்கு நடுவே நெத்தித் திட்டுலே ரெண்டு பவுனு தங்கமா நடுவே கோத்துத் தொங்கவிட்டு இருக்குது. மாடு அணைகிறவன்னு சொல்லிக்கிட்டு, அப்பன், முப்பாட்டன் பெருமையைப் பேசிக்கிட்டு இருக்கிற ஆம்புளெ மீசை முறுக்கிகள், பெண்சாதி பிள்ளை குட்டி இல்லாதவங்க, திறமிருந்துச்சுன்னா பொஞ்சாதியை அணையறாப்லே இந்த காரியை அணஞ்சு அதை அவுத்துக்கிடலாம். அத்தோடே புடிச்ச அந்த வீரனுக்கு சமீன்தாரு தன் கையாலே ஒரு சரிகை துப்பட்டாவும் இனாமாக் கொடுப்பாரு. ஆம்புளையா இருந்தா புடுச்சிக்க, பொம்புளையா இருந்தா ஓடிப்போ!"

முடித்து இன்னொரு மூச்சு தமுக்கு அடித்து நிறுத்திவிட்டு நகர்ந்து காளைக்கு வழிவிட்டான் அவன். காளை திட்டிவாசலுக்குள் நுழைந்து அடைப்பு வழியாக சிரமப்பட்டு உடலைத் திணித்துக்கொண்டு தொழுவத்திற்குள் சென்றது.

பிச்சி நிமிர்ந்து ஜமீன்தார் முகத்தைப் பார்த்தான். அவரது கண்களும் முகமும் ஒரே பெருமையில் மூழ்கி இருந்தன.

"அ! இப்படித்தான் வருசம் வருசமா விருது கூறிக்கிட்டு இருக்காரு!" என்று கிழவன் அந்த இருவர் காதில் படும்படியாகச் சொன்னான். "இரண்டு பவுன் நகைக்கு ஆசைப்பட்டு எவன் தெரிஞ்சு உசிரை விடுவான், அதுவும் இந்த ரோஷம் கெட்ட மண்ணுலே பிறந்த பயலுக!" காளையைச் சிலாகித்துப் பேசுகையில் தன் ஊர்க்காரர்களை இறக்கிப் பேச அவன் தயங்கவில்லை.

"பார்த்தியா பிச்சி, வாடிபுரம் காளைக்கு வந்திருக்கிற மவுசை?" என்றான் மருதன் கிண்டலாக.

"பார்த்துடலாம்," என்று பிச்சி ஒரே வார்த்தைதான் சொன்னான், அதுவும் மெதுவாக. கிழவன் அதை

உன்னிப்பாகக் கேட்டுவிட்டான். அந்த வார்த்தையைப் பிச்சி அழுத்தின விதம் கிழவனை ஒரு குலுக்குக் குலுக்கி விட்டது.

"என்ன தம்பி, விளையாட்டுக்கு பேசறியா, இல்லே" என்று குரல் தடுமாறக் கலவரத்துடன் பார்த்துக் கிழவன் கேட்டான். பிச்சியின் வார்த்தைக்கு ஒரே அர்த்தம்தான் உண்டு. அந்த அர்த்தத்தில்தான் அவன் சொல்லியிருக்கிறான் என்பதைக் கேட்டும் அவனால் நம்பமுடியவில்லை.

கிழவனின் கலவர முகத்தை நிலைத்துப் பார்த்து லேசாகச் சிரித்துப் பிச்சி சொன்னான், "ஏன், தாத்தா, சும்மா போகிற மாட்டுமேலே மனுசன் விளறதே ஒரு விளையாட்டுத்தானே, இல்லீங்களா? சொல்லுங்க. ஏன், பாக்கிறவங்களுக்குக்கூட அது விளையாட்டாத்தானே இருக்கு. அதுக்குன்னு பிறந்து போட்டு –"

இந்த வார்த்தைகளுக்குப் பின் இருந்த அந்தப் பையனுடைய துணிச்சலையும், ஊக்கத்தையும் கிழவனால் பாராட்ட முடிந்தபோதிலும் வயது, வாழ்க்கையை ஒரு அளவு நிதானத்துடன் பார்க்கும் சுபாவத்தை, மனப் பக்குவத்தை அவனுக்குத் தந்திருந்தது. வாலிப முறுக்கில் விவரம் தெரியாமல் ஒரு காரியத்தைச் செய்துவிடப் போகிறானே அந்தப் பையன் என்பதை முன்னுக்கு வைத்துக் கிழவன் மனக் கலக்கப்பட்டான்.

பிச்சியின் தோளைப் பாசத்தோடு பிடித்து அமுக்கிச் சொன்னான். "தம்பி! கிளவன் பேச்சு உனக்கு எப்படிப் படுதோன்னு நான் நினைச்சுப் பாத்துக்கிட முடியல்லே. அப்பனுக்கு மகன் சரியாத்தான் பேரெடுக்கணும். நம்ப சாதிக் குணம் அதுதான். ஆனா நல்லா ரோசனை பண்ணிக்கிட்டு காரியத்துலே இறங்கு – ஒரு தடவைக்கு நாலு தடவையா. குறுத்து நல்லா வளந்து பெரிசாகணும் தம்பி. இந்தான்னு உசிரை கையிலே கொண்டே கொடுக்கிறது வேறே."

52 ● சி.சு. செல்லப்பா

“பாட்டயா, உங்க புத்தி அத்தனையும் லச்சம் பெறும் எனக்கு.” என்று பிச்சி உணர்ச்சியுடனும் உறுதியுடனும் கிழவனுக்குச் சொன்னான். “எங்கப்பனாட்டமா நீங்க சொல்றபோது!”

கிழவனுக்கு அது திருப்தியாக இருந்தது. ஆனால் உறுதி மட்டும் தளரவில்லை போல அவனுக்குப் பட்டது.

“மாடு விடலாமுங்களா?” கீழேயிருந்து ஒரு குரல் சமீன்தாரைப் பார்த்துக் கேட்டது. சமீன்தார் தலையசைப்பு ஆரம்பிக்கலாம் என்றது. கூட்டத்தில் புதுச் சலசலப்பு. கடைசி நிமிஷத்தில் அவனவன் இடம் மாறிக்கொண்டிருந்தார்கள்.

ஒரு கம்பால் மறித்துத் திட்டிவாசலை அடைத்துக் கொண்டிருந்த கை அடுத்த விநாடி எடுத்துக்கொண்டது. அதே சமயம் தொழுவத்திலிருந்து கொண்டுவரப்பட்ட செல்லாயி கோயில் காளை ஜல்லிக்கட்டுக்கு பிள்ளையார் சுழி போட்டு ஆரம்பித்து வைத்தது. ஒரே தவ்வாக வாசல் வழியே வெளியேறி ஆற்றை நோக்கிய பாதைவழியே மருண்டு ஓட்டம் எடுத்தது. சுவாமி மாடு அது. யாரும் தொடத் துணியமாட்டார்கள். ஹுய் ஹாய்ப் போட்டு விரட்டினார்கள்.

ஜல்லிக்கட்டு ஆரம்பமாகிவிட்டது. வலது அணைமரத்தை ஒட்டி இன்னும் நெருக்கி நின்று கொண்டான் பிச்சி. மருதனும். வரும் மாடுகள்மீது விழ போட்டி போட்டு வசமான இடத்துக்கு முண்டியடிக்கும் மாடணைபவர்களின் தள்ளுதல்களைச் சமாளித்து அவர்களை ஒட்டி நிற்கக் கிழவன் சிரமப்பட வேண்டி இருந்தது. அந்தக் கிழக்கத்திய இளைஞர்களின்மீது அவனுக்கு விழுந்துவிட்ட பாசத்தில் அவர்களது போக்கை விநாடிக்கு விநாடி கிட்ட நின்று கவனிக்கவும், அவர்களுக்கு விவரம் சொல்லவும் துடித்தான். அன்றைய செல்லாயி கட்டு

53 ● வாடிவாசல்

அவர்கள் பெயர் நிலைக்கக்கூடியதாக ஆகிவிட வேண்டும் என்று அவன் மனது தாபந்தப்பட்டது.

திட்டிவாசல் வழியே காளை பின் காளையாகப் பாய்ந்து வந்து நேர் எதிர் பாதையை நோக்கி ஓடிக்கொண்டிருந்தன. பாய்ந்து வரும் காளைகள்மீது, அவனவன் தன் சக்திக்குத் தக்கபடி எடை போட்டுப் பார்த்த மாடுகள்மீது விழுந்தார்கள். நிமிஷத்துக்கு நிமிஷம் அவிழ்த்துவிடப்பட்ட காளைகள் எல்லாமே காளை என்கிற பெயருக்கு ஏற்றதாகச் சொல்லிவிட முடியாது. கரிமப்பு மட்டும் ஏறிய மந்தக் காளைகள் வந்தன. இரண்டு பல் போட்ட கன்றுகள், அதுகளுக்கு வாடிவாசல் பழக்கம் ஏற்பட அரங்கேற்றத்துக்கு வந்தன. வெருளிக் காளைகள் மருண்டு ஒரே ஓட்டமாகப் பிடுங்கின. கத்துக்குட்டி மாடணைபவர்கள் இவைகளைக் கலவரப்படுத்தி ஆர்ப்பாட்டம் செய்தார்கள். சுமாரான மாடு, கொஞ்சம் நல்லமாடு வரும்போது மட்டும், 'நான் பிடி! நீ பிடி' என்று வாடிவாசலில் போட்டி ஏற்படும். அதிகம் போனால் நாலணா எட்டணா பெறுமானமுள்ள அந்த உருமாத் துணிக்காக அங்கே போட்டியில்லை. எட்டு உருமா தட்டிக்கிட்டுப் போனான், பத்து, என்ற பெருமைக்குத்தான். குத்து வாங்கினாலும் அவனைப் பற்றி வட்டாரம் முழுவதும் பேசும். மாட்டுப்பிடி தவறி விட்டாலும் 'அடுத்த சல்லி இருக்குது' என்ற முனக்கம் கேட்கும்.

இந்தப் பரபரப்பெல்லாம் காட்டாமல், வெளிவரும் காளை எது என்பதை மட்டும் அறிந்துகொள்வதுடன் நிறுத்திக்கொண்டு, முண்டி வரும் மாடணைபவனுக்கு அந்த இடத்தை விட்டுவிட்டு, வெளியேறும் காளை களையும், அவை மேலே விழும் ஆட்களையும் பிடிகளையும் பார்த்துக்கொண்டே அந்த இருவரும் நின்றுகொண்டிருந்தார்கள்.

54 ● சி.சு. செல்லப்பா

கிழவன் அவர்களை நெருங்கி நின்று பிச்சி தோள்மீது கைவைத்துச் சொன்னான், "இந்த களுதைகளெல்லாம் உனக்கு இல்லே. இந்த அனாதிப் பயலுக இப்படித்தான் மானாங்காணியா அல்லாத்து மேலேயும் விளுவானுங்க. இத்தினி மாட்டுலேயும் குறிப்பா பத்து மாடுகதான் இருக்கு. பேர் நிக்கணும்னா அதுகளை அணையணும், வேலைக்காரன்! என்ன, சின்ன தம்பி, நான் சொல்றது?"

பிச்சி தலையசைக்கும்போது மருதன், "பெரியவரு சொல்றது நூத்துலே ஒரு வார்த்தை." என்றான்.

அவன் சொல்லி முடிக்கவும் அவர்களைப் பார்த்துக் கேட்கிறாப்போல எதிர் அணைமரத்துப் பக்கத்திலிருந்து ஒரு குரல் கத்திக் கேட்டது. "என்னண்ணே, முண்டாசைக் கூட அவுக்காமே நின்னுக்கிட்டு இருக்கே? வேடிக்கை பாக்கவா கிளக்குச் சீமையிலேயிருந்து இம்மாந் தூரம் வந்திருக்கே? ஹெஹ் ஹெ!"

கிழக்குச் சீமை என்ற வார்த்தை விழவும்தான் நல்ல பாம்பு படத்தைத் திருப்புகிற மாதிரி வெட்டி, முகத்தைச் சப்தம் வந்த பக்கம் திருப்பினான் பிச்சி. ஆளைப் பார்த்துவிட்டான். ஆனால் இனம் விளங்கவில்லை. ஆனால் இத்தனை காளைகள் வெளியேறிய பிறகும் தான் குடுத்துணியும், முண்டாசுமாகப் பொருத்தமின்றி நின்றிருப்பதைச் சுட்டிக்காட்டி வம்புக்கு இழுத்த அந்த ஏளனம் அவனுக்குச் சுருக்கென்றது. கிழவன் பக்கம் திரும்பி "அது யாருங்க?" என்று கேட்டான், தன்னைப் பொறுக்கி அவன் எதற்கு பன்னி மாதிரி கத்த வேண்டும் என்று நினைத்துக்கொண்டே.

'கடவுளெ! அவனைத் தெரியாதா உனக்கு!' என்று கிழவன் ஒரு அமுத்தல் சிரிப்புடன் சொன்னான். "அவன்தான் முருகு."

பிச்சி ஒரு கணம் நிதானித்தான். "தெற்கே இருந்தா?"

"ஆமாம். அதே பயதான். இங்கே இருக்கிறவனுங்களுக்குள்ளே பெரிய பிடுங்கி!" கிழவன் கத்திவிட்டான்.

"என்ன மாமா, அப்படிப் பேசிட்டே?" கிழவன் வார்த்தைக்குப் பதில் பேசினான் முருகு. "கிளக்கேயிருந்து வந்துட்டா மட்டும் – ?" அவன் பக்கத்தில் நின்ற குரல்கள் கிளுகிளுத்தன.

கிழவனுக்கு ஆத்திரம் வந்துவிட்டது. "அட, சரிதாண்டா, வாடிவாசல்லே தானே ரெண்டு பேரும் நிக்கிறீங்க. என்ன இப்போ?"

"பாட்டயா, செத்தெ சும்மா இருங்க. நான் பேசிக்கிடறேன்" என்று கிழவனை அமர்த்தினான் பிச்சி.

"அண்ணே, உங்களைப் பத்திக் கேட்டிருக்கேன்," என்றான் முருகுவைப் பார்த்து. "முதக்க இப்பத்தான் சந்திச்சுக்கிடறோம்."

"உங்கப்பனோடே உன்னை நான் பாத்திருக்கேன் ஒரு தவா – உங்க சல்லியட்டுக்கு வந்திருந்தப்போ."

"விளையாட்டுப் பாக்கவா?" பிச்சி பதிலுக்குக் கேட்டு விட்டான். "சும்மா கேக்கரேன். மாடுக மேலே விளுந்ததாகத் தெரியல்லயேன்னு."

"நல்லா கேட்டே தம்பி! முருகு!" என்று கிழவன் ஆர்ப்பரித்துக் கத்தினான்.

கிழவன் பக்கத்துக் குரல்கள் கெக்கலித்தன.

முருகுக்கு சுருக்கென்றது. துடுக்காக மேலே ஏதோ சொல்லப் போனான். பிச்சி சொன்னான். "வாடிவாசல்லே விவகாரம் வேண்டாம், அண்ணே. அதென்ன அப்படி கேட்டே? கிளக்குச் சீமைலேருந்து வேடிக்கை பார்க்க வரமாட்டான். வேடிக்கை காட்டத்தான் வருவான்." அவன் கடைசி வார்த்தைகள் கடுமையாகவும் உரமாகவும் வெளிவந்தாலும் துடுக்காகப் போய்விடாமல் இருக்க கட்டுப்படுத்திய குரலில்தான் சொன்னான்.

"பேச்சு சரிதான், தம்பி! அப்பன் பெருமை பேசிட்டா போதுமா?" முருகு வார்த்தைகளை விசிறிவிட்டான்.

பிச்சி உதட்டைக் கடித்துக்கொண்டு முருகுவையே கடுமையாகப் பார்த்தான், கொஞ்சம் பதட்டம் வந்து.

கிழவன், "தம்பி, பிச்சி!" என்று அதட்டிக் கூப்பிட்டான், அவன் கவனத்தை இழுக்க. "மனுஷனுக்கும் மாட்டுக்கும்தான் தம்பி இந்த சல்லி. விவகாரம் கொம்புக்கும் கைக்கும்தான். மறந்துராதே, ஆமா."

பிச்சி சுதாரித்து அடக்கிக்கொண்டான்.

"அது, சமீன் சோறும், உப்பும் சாப்பிட்டு இப்பம் வளர்ர இளம் பய," என்றான் கிழவன். "தலைப் பிரட்டாத்தான் பேசுவான். இந்த வட்டத்திலே அவனை அடிச்சுக்கிற ஆள் இல்லேல்ல. பேசமாட்டான்? சமீன்தார் காதுலே விளணும்னு தான் அப்படி பலக்கப் பேசுதான்."

"சல்லி இப்பத்தானே ஆரம்பிச்சிருக்குது, முருகண்ணே" என்றான் மருதன், முருகைப் பார்த்து சிரித்துக்கொண்டே. "திறமிறந்தா நல்லா விளவேண்டியதுதானே."

கூட்டத்தில் ஒரு பரபரப்பு ஏற்பட்டது. "ஆடுசா குடி காளை! பில்லைக் காளை!" என்ற குரல்கள் எழுந்தன. வாடிவாசல் கூட்டம் சிதறிப் பின்னரித்துப் பத்திர இடம் தேடி ஓடியது. வாடிவாசல் விசாலமாகியது.

பிச்சி முண்டாசை உருவிக் கால்களுக்கு இடையில் இடுக்கிக் கொண்டு குடுத்துணியையும் கழற்றி வேஷ்டியையும் அவிழ்த்து "பாட்டயா! வச்சுக்கிடுங்க," என்றான். மருதனும்கூட. உடம்போடு ஒட்டிய பனியனும் லங்கோடுமாக நின்றார்கள். எல்லாக் கண்களும் திட்டிவாசலை நோக்கிப் பாய்ந்தன.

பில்லைக் காளைக் கொணர்ந்தவன் உள்வாடியில் மாட்டை அவிழ்த்து விட்டுப் பிடிகயிறும் கையுமாக அடைப்புக்குள்ளிருந்து வெளியே வேகமாக வந்து நடைபாதையை நோக்கிப் போனான். கொம்புகளுக்கு நடுவே அடிப்பாகத்தில் குறுக்கும் நெடுக்குமாகப் பின்னிக் கட்டியிருந்த ஜரிகை சல்லா பளபளக்க, இரண்டு

கூர்மையான கொம்புகளை முன் நீட்டிக் கொண்டு வாடிவாசலில் தலை நீட்டியது பில்லை.

“முருகு! நீ பிடிச்சுக்கிரப்பா,” என்று கத்தினான் கிழவன்.

“என்ன மாமா, என்னை கொம்பு சீவி விடறே, கிளக்கேயிருந்து பெரிய கைக வந்திருக்கிறபோது?” சொல்லிவிட்டு இடக்காக பிச்சி பக்கம் பார்த்தான். பிச்சி அவனைப் பார்க்காமல் பேச்சைக் காதில் வாங்கிக் கொண்டே மருதனை அர்த்தத்துடன் பார்த்தான். அடுத்த விநாடி மருதன் பாய்ந்து அணைமரத்தில் ஒரு கை வைத்து மற்றொரு கையால் உள்ளே இருந்து நுனி தெரியும் கொம்புக்குத் துளாவினான். “உன்னாலெ முடியாட்டி விட்டிரு, முருகு அண்ணே!”

அதே சமயம் முருகுவும் முன் பாய்ந்து இடத்து அணைமரத்தின்மேல் கை வைத்துக் காளையின் இடத்துக் கொம்புக்குத் துளாவிக் கொண்டே “பொக்கினு பேசிராதே தம்பி. பில்லையை எனக்கு விட்டிரு. கரட்டுப்பாளயம் மயிலையை நீ வேணா பாத்திக்கிரு. பிச்சித் தம்பி வேணா பளையூர் கொராலு, சமீன் மாடுக, இதுகளை பாத்துக்கிரட்டும்” என்றான்.

“பய வக்கணையாத்தான் பேசரான்” என்றான் கிழவன். “மருத தம்பி, விலகிக்க. அவன் அணஞ்சுக்கிரட்டும்.”

“சரி, அணஞ்சுக்க,” என்று மருதன் நீட்டிய கையைப் பின் இழுத்துக் கொண்டான். ஆனால் கவனம் மட்டும் காளைமீதே இருந்தது.

“அடியாத்தாடி! நல்லபாம்பு கணக்கால்ல சீறும் களுதை!”

“கொம்புப் பிடியே கொடுக்காதே!”

“என்ன செய்யப் போறா பாரு அவ!”

ஜல்லிக்கட்டு ஜல்லிக்கட்டுக்குப் போய் அந்த காளையின் நோக்கம், குணம் அறிந்த குரல்கள் சொல்லிக்கொண்டன.

பில்லைக்காளை கொம்பை மேலே தூக்காமல் கீழ் நோக்கியே முகத்தைத் தணித்து நின்றது. அதன் கொம்பைப் பிடிக்க படபடக்கும் கைகளைக் கொம்பில் நிலைக்கவிடாமல் பக்கங்களில் உலுப்பிக்கொண்டே இருந்தது. அடைப்புப் பலகைகளில் கொம்புகள் அடித்தன. திட்டி வாசலுக்கு உள்ளேயிருந்து ஒரே பிடுங்காக மருண்டு பாய்ந்து போகிற ஜாதியல்ல அது. எந்தப் பக்கம் இருந்தெல்லாம் கைகள் கொம்பைத் தேடுகின்றன என்பதை உஷாராகப் பார்த்து ஆராய்ந்து கொண்டிருந்தது. தன்னை எப்படி பாதுகாத்துக் கொள்ளலாம் திமில்மீது விழும் கைப்பிடியிலிருந்து என்று ஆராய்ந்து வருவதுபோல் அங்குலம் அங்குலமாகக் கால்களை முன் நகர்த்தியது.

கொம்பு கொஞ்சம் நீண்டு வெளித்தெரியவும், முருகு கப்பென்று பிடித்து அதை நிலைக்கச் செய்யப் பார்த்தான். ஆனால் காளை ஒரு அலைப்பு அலைத்து முருகு கையை உதறிவிட்டு விட்டது. அவன் கொஞ்சம் சுதாரித்துக் கையை எடுத்திருந்திருக்காவிடில் அணைமரத்தில் அடிபட்டு அவன் விரல் எலும்புகள் நொறுங்கி இருக்கும்.

இன்னொரு கொம்புப் பிடிக்கு இடம் கொடுக்காமல், இடைவிடாமல் கொம்பை வெட்டி அலைத்துக் கொண்டே காளை இம்மியளவாக முன்நோக்கிக் காலை நகர்த்திக்கொண்டிருந்தது. காளை சமாளித்துக் கொம்புகளைத் தேடும் கையை விரட்டி அடிப்பதும் முருகு கை கொம்புக்காக அந்தரத்தில் தடுமாறுவதும் வேடிக்கையாக இருந்தது. கூட்டம் ஆர்ப்பரித்து அநுபவித்தது.

“அட! அதை துண்டா வெட்டித்தான் பாரேன். கொம்பை பிடிக்க விடும்னா நினைக்கிறே?” என்று

கிழவன் பிச்சி காதில் விழச் சொன்னான். "கொம்புப்பிடி கொடுத்திச்சுன்னா அப்புறம் என்ன அதுக்கு? பின்னாடி போய் ஒரு பொட்டைக் குட்டி வாலைப் புடிச்சு இளுக்கலாமே, களுதை என்ன செய்யப் போகுது பாரு!"

பில்லைக் காளையின் கழுத்துவரை வெளியே நீண்டு விட்டது. முருகுவின் கை இன்னும் கொம்பைப் பிடித்த பாடில்லை. அவன் முக நரம்புகளின் விடவிடப்பு அவன் அவஸ்தையைக் காட்டியது.

"என்ன அண்ணே, காளையையா புடிக்கிறே?" என்று மருதன் கேட்டான். "இல்லாட்டி பசலைக்கன்னுக்கு முட்டுப் பளக்கிறியா?" சுற்றி எங்கும் சிரிப்பு எழுந்தது.

முருகுக்கு ரோஸம் பொத்துக்கொண்டு வந்தது. காளையோ, அவன் கையை உதறி விட்டுக்கொண்டே தன் திமிலையும் வெளியே நீட்டிவிட்டது. இதற்குமேல் அதன் கொம்பைப் பிடிப்பது எவ்வளவு சிரமம், அடுத்த வினாடி அது என்ன செய்யும் என்பதையும் அறிந்திருந்த முருகு, "இந்தா, நீதான் புடிச்சுப்பாரேன்," என்று கையை இழுத்துக்கொண்டு பின் சாய்ந்தான். முழுத்திமிலும் வெளித்தெரியவும் ஒரே தவ்வில் வாடிவாசலின் மத்தியில் போய் நின்று, இன்னொரு தவ்வில் வாடிவாசல் வட்டத்தின் விளும்புக்குப் போய்ப் பாதைவழியே நெட்டுக்குச் சிட்டாப் பறந்துவிடும் என்றும் இனி கொம்பிலேயோ திமிலிலேயோ கை போட முடியாதென்றும் நிச்சயம் அவனுக்கு. ஆனால் அவன் கையைப் பின்னரித்த அதே க்ஷணம் கழுகு பாய்ந்து அடிக்கிற மாதிரி இரண்டு கைகள் விரித்துச் சீறி மாட்டின் கொம்பின்மீது விழுந்தன. சபக் என்ற சப்தம்தான் கேட்டது. வீசிப் பின் தள்ளப்பட்ட மருதன், மாட்டின் கழுத்தோடு ஒட்டிப் பிச்சி இரு கொம்புகளையும் சேர்த்துப் பிடித்து மாட்டின் முகத்தை கீழ்நோக்கி அமுக்குவதைப் பார்த்தான். காளை கைகளை உலுப்ப முழு வலுவுடன் அலைத்துப் பார்த்தது. ஆனால் கீழ்நோக்கி அமுக்கும்

அந்தப் பிடி வலுவில் கொம்பலைப்பு வேகம் தளர்ந்தது. சில வினாடிகளுக்குத் தினறியது.

"முருகு அண்ணே, எங்கிட்டு இருக்கே? இந்தா! கொம்புலே இருக்கிறதையெல்லாம் அவுத்துக்க," என்று எதிர்ப்பக்கம் நின்ற முருகுவைப் பார்த்துக் கத்தினான் பிச்சி. முருகு அசையவில்லை. முகம் கீழே பார்த்தது. "என்ன, பேசாமே நிக்கிறே, வாணாமா? சரி, போ" ஒரு தம் கொடுத்துக் காளையின் கொம்புகளை எதிர்த் திசைப்பக்கம் நெக்கு நெக்கித் தள்ளிவிட்டுப் பின் பாய்ந்தான் பிச்சி. விடுபட்ட பில்லை சுபாவப்படி இரண்டு தவ்வில் ஓடிவிட்டது.

கூட்டம் மலைத்துப் போய் நின்றது ஒரு விநாடிக்கு, ஆர்ப்பாட்டம் செய்வதை மறந்து.

"பில்லைக் காளை பிடிபட்டுப் போச்சு!"

"முருகு அண்ணெ முகத்தைப் பாக்கணும்டா!"

"இனிமே அவன் கை ஏரைப் பிடிச்சி உளுகத்தாண்டா லாயக்கு!"

அவமானம் வதைக்க முருகு பின்வரிசைக்கு நகர்ந்து குனிந்த தலையுடன் நின்றுகொண்டிருந்தான்.

"ஏ முருகு, எந்த முகத்தோடே அப்பா சமீன்தாரை பார்ப்பே?" என்று கிழவன் உற்சாகத்தால் தொண்டை கிழியக் கத்தினான். பிச்சி பக்கம் திரும்பி, "ஏன் தம்பி இப்படிச் செய்து போட்டே? மாட்டோட கொம்புலேருந்து அதுகளை நீ உருவிட்டு இருந்தா நீ மாட்டைப் புடிச்சேன்னு வச்சுக்க முடியும். அவனைக் கூப்பிட்டு அவுக்கச் சொன்னியே. நியாயம் இல்லெப்பா அது."

"ஏன் பாட்டயா, அது என் மாடு இல்லையே. அவருக்கு ஒதுக்கின மாடுல்லே!" என்றான் பிச்சி ஒரு

62 • சி.சு. செல்லப்பா

கபட மென்னகையுடன். "கிழக்கத்தியான் இன்னொருத்தன் ருசி பார்த்ததைத் தொடமாட்டான்."

"ஓ முருகு! முகத்தை இப்படி திருப்பிக் காட்டுடா!" கிழவன் எம்பிக் குதித்துச் சிரித்தான். "இனிமே நாக்குத் தடிப்பா இப்படி பேசிக்கிட்டு இருக்காதே, சமீன் பேரைக் கெடுத்துக்கிட்டு. போகுது. கொராலை நீ பாத்துக்கிடறியா, இல்லாட்டி –? தொழுவத்திலே வேறெ மாடுக நிக்குது. மனம் உடஞ்சிராதே!" எரிகிற தீயில் எண்ணெய் விட்டுப் பரிகசித்தான் கிழவன். முருகுவை மட்டம் தட்ட சமயம் பார்த்து இருந்த கூட்டம் சந்தர்ப்பம் கிடைத்ததை உபயோகித்து கிழவன் பேச்சுக்கு ஆர்ப்பரித்தன. அவமானம் பிடுங்கித்தின்ன முருகு இன்னும் பின்னாடி போய்விட்டான்.

அடுத்த காளை ஒன்று பாய்ந்து வெளிவந்தது. மற்றவர்களுக்கு இடம் விட்டுவிட்டு பிச்சியும் பின் நகர்ந்து கொண்டான். திட்டிவாசலிலிருந்து பறந்து வந்த ஒரு பெரிய உருமாத்துணி அவன்மீது விழுந்தது பரிசாக. அதைக் கிழவனிடம் கொடுத்தான். கிழவன் பெருமை தாங்கமுடியாமல் தவித்தான். "யமப்பய" என்று தனக்குள் சொல்லிக்கொண்டான்.

அப்போது மேடைமீதிருந்து யாரோ அவனைக் கூப்பிட்டார்கள். "சமீன்தாரு கூப்பிடுராரு! உம்," என்று பக்கத்துக் குரல்கள் பிச்சியிடம் அறிவித்தன. கையிரண்டையும் மார்பில் புதைத்துக் கொண்டு பவ்யமாகத் திட்டிவாசலுக்கு நேரே போய் நின்று நிமிர்ந்து மேடைமீதிருந்த ஜமீன்தாரை நிமிர்ந்து பார்த்துக் கைகளை உயர்த்தி, "கும்பிடுறேங்க மவராசா" என்றான்.

தன் கையில் இருந்த ஒரு ஐந்து ரூபாய் நோட்டை அவன் கைக்குப் பறந்து விழ எறிந்தார் ஜமீன்தார். ஏந்திப் பிடித்த பிச்சி மலர்ந்த முகத்துடன் ஒரு கும்பிடு போட்டான்.

"சரி போ, மாடுகளை நல்லா பிடி," என்று ராஜாங்கமாகச் சொன்னார் ஜமீன்தார். "உசிலனூரா உனக்கு? சரிதான்." அவனைப் பற்றிய விவரம் அவருக்கு ஏற்கெனவே விளக்கப்பட்டு விட்டது. அந்த ஒரு காளையை அடக்கிய தோரணையிலேயே அவனுடைய வேலைப்பாட்டை அளவிட்ட மாதிரி திருப்தி முகம் அவர் காட்டியதை பிச்சியும் கவனித்தான். நோட்டை விட அந்தப் பாராட்டுதான் அவனுக்கும் பெரிதாகப்பட்டது.

"உத்தரவுங்க எசமான்," என்று இன்னொரு கும்பிடுடன் திரும்பாமலே பின் எட்டுப்போட்டு நகர்ந்தான் பிச்சி. புன்னகையுடன் கிழவனிடம் அந்த நோட்டைக் கொடுத்தான். "யமப் பயடா நீ" என்று கிழவன் வாய் முழுக்க இளித்துக்கொண்டே அதைத் தன் பைக்குள் வைத்துக்கொண்டு, "பிச்சி, சமீன்தாரு கண் உன் மேலே விளுந்திருச்சு. அதிட்டக்காரப் பய நீ!" என்றான்.

பில்லையைப் பிடித்த வேகம் இன்னும் அடங்கவில்லை பிச்சிக்கு. அதோடு பெரிய இடத்து ஊக்கமும் கூடியது. பாராட்டும் அவனுக்கு நெறி ஏற்றியது. ஒரு தடவை கொம்பில் ரத்தம் கண்ட காளை சாடிக்கொண்டே போகிறமாதிரி, அவன் கை இன்னும் கொம்புகளுக்காக பறந்தது. மூக்கணாங்கயிறு உருவி காளைமேல் காளையாக வந்ததையெல்லாம் மற்றவர்களுக்கு விட்டுவிட்டு, அடிக்க காத்துக் கொண்டிருக்கிற பருந்து மாதிரி அடுத்த ஜாதிக் காளையை எதிர்பார்த்துக்கொண்டு, ஒவ்வொரு மாடு அவிழ்க்கப்படும்போதும் உள்வாடிக்குள் கண்கள் துளாவ விட்டுக்கொண்டிருந்தான் பிச்சி.

வெள்ளை, காரி, கரம்பை, செவலை இப்படி பல நிறக் காளைகள், இளம்காளையிலிருந்து ஒரு காலத்தில் பேர் இருந்த கிழக் காளைகள்வரை பல, தொகையைப் பெருக்கிக் கொண்டு இருந்தன. வெறித்து ஓடும் மாடுகளையும் வேலை நன்றாகத் தெரியாமல் காளைமேல் விழுந்து அவதிப்படுகிற வேலைக்காரர்களையும் பார்க்கக்

கூட்டத்துக்கு வேடிக்கையாக இருக்கும். கள்ளக் கடவு பாய்கிற மாடு எதாவது வரும்போது கூட்டம் நிலைகலங்கி சிதறி ஓடுவதையும் காளை கூட்டத்தில் புகுந்து குத்தி, மிதிச்சு நாசம் செய்வதையும் பார்க்கவேண்டும்.

சுமாரான காளைகள் வரும்போதெல்லாம் கூட்டத்தின் கண்கள் கிழக்கத்திய பையன்களைத்தான் தேடின. ஆனால் அந்த யுவர்கள் அங்கே விவஸ்தை இல்லாமல் நடந்துகொள்ளப் போவதில்லை என்பதை உடனே தெரிந்துகொண்டு விட்டார்கள். “குறிப்பான மாடுகளுக்குத்தான் அவுங்க வந்திருக்கிறாங்க” என்று தங்களுக்குள் பேசிக்கொண்டார்கள்.

“பளையூர் காளை!” “கொரால் வருது!” என்ற குரல்கள் எழுந்தன. பிச்சி உஷாராகி மருதனையும் உஷார்ப்படுத்தினான்.

“பிச்சி தம்பி! கொராலு பிசாசு! பில்லைக்காளை மாதிரி இல்லே” என்று கிழவன் அவன் காதுகளில் பரபரப்புடன் சொன்னான். “கொம்பு இம்புட்டுத்தான்; புடிக்குக்கூட வராது. களவாணிக் களுதை. தலையைத் திட்டிக்கு வெளியே கூட நீட்டாது. மொட்டைக் கொம்புப் புடிவளுக்கி தட்டிச்சுன்னா விலா எலும்பு பொடிப்பொடியாப் போயிரும். வால் பக்கம் பிடிக்கப் போனா மான் கணக்கா உதைக்கும். ஒரே தவ்வில் வாடி மத்திக்கு வந்து நிக்கிறபோது அந்த ஒரு மினிட்டுலே அணைஞ்சாத்தான். நல்லா பளக்கி இருக்கானுங்க. இந்த முருகு பய இடது தோள்ளே தெரியுதே கையகல தழும்பு. மூணாம் வருசம் இது மச்சம் வச்சதுதான்.” கிழவன் காளையைப் பற்றித் தனக்குத் தெரிந்த சூட்சுமத்தையெல்லாம் படபடத்துச் சொல்லிவிட்டான்.

வாடியின் இரு பக்கத்து அணைமரங்களும் காலியாக இருந்தன. பில்லை வெளியேறியபோது இருந்ததைவிட இன்னும் விசாலமாக இருந்தது. அங்கங்கே வாடிவாசல்

65 • வாடிவாசல்

மேடைக்கு அடியில் கால்களைப் பிடித்துக் கொண்டு மாடு பிடிக்கிறவர்கள் என்று சொல்லிக் கொள்பவர்கள் ஒதுங்கி நின்றார்கள்.

கிழவன் சொல்லி முடிக்கவும், "மருதா" என்று கத்தினான் பிச்சி. மருதன் பாய்ந்து குறுக்கே ஓடி, இடது அணைமரத்தை அணைத்து நின்று அடைப்புக்குள் எட்டு மேல் எட்டாக வைத்து வந்த கொராலை உன்னிப்பாய்ப் பார்த்துத் தன்னைத் தயார்ப்படுத்திக் கொண்டிருந்தான்.

கிழவன் கொடுத்த விவரங்கள் பிச்சிக்கு உபயோகமாக இருந்தன. அவன் அந்தப் பக்கத்துக்கே புதுசு. நூற்றுக்கணக்காக எங்கிருந்தெல்லாமோ வரும் மாடுகள் எல்லாவற்றின் போக்கு, சுபாவத்தை முழுக்க அறிந்து வைத்து ஒருவன் வாடிவாசலில் நிற்கமுடியாது. பாதை காட்டும்போது அது கொம்பலைத்துப்போகிற போக்கு, வாடிக்குள்ளே அது செய்கிற தந்திரம், அது பார்க்கிற பார்வை, கொம்பலைப்பு, திரும்புகிற விரைவு, இதுகளைக் கொண்டு மாட்டை நிதானிச்சு, அததுக்குத் தக்கபடி தன் உத்தியை அப்போதைக்கு அப்போது மாற்றி உபயோகித்துப் பார்க்க வேண்டியதுதான். அந்தக் காளைக்குச் சமாளிப்பாக என்ன நிலை எடுத்துக் கொள்வதென்று பிச்சி தனக்குள் கேள்வி பதில் போட்டுக்கொண்டிருந்தான், வலது பக்க அணைமரத்தின் மீது கைவைத்து, அவிழ்க்கப்பட்டுக் கொண்டிருந்த காளையை அளவிட்டுக்கொண்டே.

காளையை உருவிவிட்டு மாட்டுக்காரன் 'டுர்ரீ' என்று கத்திக்கொண்டே பிடிகயிறு தரையில் புரள பாதையை நோக்கி ஓடினான். ஓடினவன் சற்று ஒதுங்கி நின்று நடக்கப் போவதைப் பார்க்கத் தயாரானான்.

அந்த குறுகிய அடைப்புக்குள் நீண்டு நின்றுகொண்டு காளை முன்னால் பார்ப்பதும் பக்கங்களில் பார்ப்பதுமாக கபடமாக இருந்தது. அதன் கொம்புகள் திட்டிவாசலுக்கு ஒரு முழத்துக்கு மேலேயே அடைப்புக்குள் உள்ளடங்கி இருந்தன. மருதன் எட்டிப் பிடிக்கப் பார்த்தும் கொம்பு விரலுக்குக் கூட அகப்படவில்லை. தலையைத் தூக்கி மூச்சை உதறுவதும், கொம்பை ஆட்டுவதுமாக இருந்தது.

“நல்லா கடுக்காக் கொடுக்கும் களுதை!”

“நரிப்பிறவி இல்லே அது!”

“களுதைக்குப் பாஞ்சு குத்தத் தெரியாது. வெறும் கொம்பலைப்புத்தான்!”

வேறெந்த மாட்டையும்விட இது அலுக்கும்படியாக அடைப்புக்குள் அதிக நேரம் பம்மி நின்றது. வெளியே பாயும் நினைப்பே இல்லாத மாதிரி. உள்வாடிக்குள் நின்றவர்கள் கம்பால் அதன் புட்டாணியிலும், வாலுக்கடியிலும் குத்தி அதைத் தூண்டியதைக்கூட லட்சியம் செய்யாமல் வாலை மட்டும் சுழற்றிக் கொடுத்துவிட்டு, வாடி முன் நிழலாடும் கைகளைப் பார்த்துக்கொண்டே இருந்தது.

பெரியவர் சொன்னது விவேகமான பேச்சு என்று பிச்சி புரிந்துகொண்டான். வாடிவாசலில் நின்று அதன் கொம்பைப் பிடிக்க முடியாது; திமில் மீது கைபோடவும் முடியாது. பின்னாலிருந்து குத்துபவர்கள் உபத்ரவம் தாங்காமல் காளை ஒரு முடிவுக்கு வந்ததுபோல் சற்றுப் பம்மவும், அது செய்யப்போவதை யூகித்துவிட்டான். “மருதா! அப்படியே கையை வீசிக்கிட்டிரு” என்று சடாரென அணைமரத்திலிருந்து அட்டத்தில் விலகி மத்தி வாடிவாசலுக்குப் பாய்ந்து வளைத்து நின்ற கூட்டத்தின் முன் விளிம்பில் ஆளோடு ஆளாக நின்றான்.

அதே சமயம், கொரால் அடைப்புக்குள் இருந்தவாறே வசமாக எகிறிப் பாய்ந்து மருதன் கைக்கு மேலே உயர்ந்து, நான்கு கால்களும் தட்டென்று வாடி மத்தி தரையில் அடித்துப் புழுதி கிளப்ப நின்றது. எம்பி விழுந்த வேகத்தில் அதன் பரு உடல் பளுவின் அழுத்தத்தில் கால்கள் லேசாக மடிந்தன. அந்த ஒரு வினாடிதான் பிச்சிக்கு வேண்டும். அடுத்த க்ஷணம் அது சமாளித்து ஊன்றிக்கொண்டு ஆளை நெருங்கவிடாதபடி ஒரு வளையம் வந்துவிடும்.

காளையின் மடிந்த பின் கால்கள் பிச்சி நின்ற இடத்துக்கு நேராக இருந்தன. பாயப்போகிறவன் மாதிரி காலையெடுத்து வைத்தவன் தடாரென நெடுஞ் சாங்கிடையாகக் கீழே படுத்தான். அவனது வலது கை காளையின் வலது கால் பிடிக்கு வசமாக நெருங்கி வந்தது. கையை வீசிக் குளம்புக்கு மேலே அடிக்கணுக்காலைப் பிடித்து மறு கையைத் தரையில் பதித்து உந்தி எழுந்து காளையின் காலை இழுத்தான். இமைப் பொழுதில் நடந்தது இது, தன் கால் பிடித்து இழுக்கப்படுவதை உணர்ந்து காளை விர்ரென்று உதைக்க முற்படுவதற்கு நேரம் இல்லாதபடி. மூன்று கால்களால் திரும்பி, காலை இழுத்தவனைக் குத்தப் பார்த்த காளை, கால் சுண்டப்பட்ட வேகத்தில் நிலைக்க முடியாமல் பரு உடலுடன் முன் கால்கள் மடிய இடது பக்கமாகச் சரிந்தது. காளையின் காலை உதறிவிட்டு பிச்சி, கொம்புக்குப் பாய்ந்தான். காலை மண்டியிட்டுக் கொம்பு இரண்டையும் சேர்த்து அது அசைக்க முடியாமல் பிடித்து அமுக்கி வலது கையால் உருமால் சுருக்கை உருவினான். பொலபொலவென அவிழ்ந்து புரண்ட உருமாலைக் கையில் இடுக்கிக்கொண்டு மாடு முண்டி எழுந்திருக்கும் முன்பே பிச்சி பின்பாய்ந்து விட்டான்.

விடுபட்டதும் உதறி எழுந்த காளை ஒரு தரம் சுற்றி, குறிப்பு இல்லாமல் கொம்பை அலைத்துக் கொண்டு, பிடிபட்ட ரோசத்தில் பாதை தெரியாமல், வளைந்து நின்ற கூட்டத்திற்குள் நுழைந்து ஆட்களை உருட்டித் தள்ளி, மொட்டைக் கொம்புகளால் தட்டிக்கொண்டும், மிதித்துக் கொண்டும் போய் பலஹீனமாக இருந்த ஒரு வேலியை முட்டித் தள்ளிக்கொண்டு திசை பார்க்காமல் தன் போக்கில் ஓடியது. மாட்டுக்காரனும் அவன் கூட்டாளிகளும், அதை மறித்துப் பிடித்துக் கட்ட பின்னால் விரட்டி ஓடினார்கள்.

கூட்டம் வெடித்து மகிழ்ச்சியும் உற்சாகமும் காட்டியது.

"கொராலு சாணி போட்டுக்கிட்டுப் போகுதுடோய்!"

"உடையடிச்சு உளவுலெ கட்டுங்கடா!"

"பொழிச்சலுக்குக்கூட லாயக்கு இல்லே!"

"கிழக்கத்தியான் இரண்டு பேர்பெத்த காளையை சினைப் படுத்திட்டாண்டோய்!"

அவனை நோக்கி ஓடி வந்த கூட்டம் அப்படியே அவனைக் குண்டுருட்டாகத் தூக்கிக்கொண்டு திட்டிவாசலுக்கு நேராகக் கொண்டு வந்து உயர்த்திப் பிடித்தது. அணைமரத்தின் மேல் நின்று பரிசு உருமா வழங்கிய அநுபவஸ்தன் இருப்பதில் சிறந்த, பெரிய மாடுகளைப் பிடித்ததற்கு கொடுக்கப்படும் ஒரு ஜரிகை அங்கவஸ்திரத்தை அவன் கழுத்தில் மாலையாகப் போட்டான். அவனுக்கே தாங்க முடியாத உற்சாகம். அவனுக்கும் உயரே இருந்து ஒரு குரல், 'ஏ, கிழக்கத்தியான்' என்று கூப்பிட்டது. ஜமீன்தார் குரல்.

ஜரிகை மாலையும் வெற்றி முகமுமாக பிச்சி ஜமீன்தாரைப் பார்த்துக் கும்பிட்டான். அவன் தலை மேடைக்கு மேலே வந்தது. அவருக்குச் சமமாக தான் மற்றவர்கள் தோள்மீது உட்கார்ந்து இருப்பது அவனுக்கு லஜ்ஜையாக இருந்தது. மரியாதைக் குறைவாகவும் பட்டது. முரண்டிப் பார்த்தும் அவர்கள் அவனைக் கீழே விடவில்லை. புதுப்புதுக் கைகள் பலம் கொடுத்து அவனை அந்தரத்தில் நிலைக்கச் செய்தன.

ஜமீன்தார் தன் ஆசனத்திலிருந்து முன் சாய்ந்து, பத்து ரூபாய் நோட்டு ஒன்றை அவனுடைய நடுங்கும் விரல்களில் வைத்தார். அவன் கண்களையே உறுத்துப் பார்த்துச் சிரித்தார். பிச்சியும் அவரைத் தீர்க்கமாகப் பார்த்து நன்றி ததும்பக் கும்பிட்டான். மறுகணம் அவர் முகத்தில்

70 ● சி.சு. செல்லப்பா

இருந்த ஒரு சந்தோஷம் மறைவதையும் ஒரு தீவிரத்துடன் அவர் ஏதோ அவனைக் கேட்க வாயெடுப்பதையும் கவனித்தான். அவன் முகமும் சடக்கென மாறியது.

"அட, விடுங்கப்பா கீழே," என்று பிச்சி வற்புறுத்தி உற்சாகத் தோள்களிலிருந்து கீழிறங்கி நின்றான். மறுபடியும் ஜமீன்தார் முகத்தைப் பார்த்துக் கும்பிட்டான்.

"டேய், வாடிபுரம் காளையை புடிச்சுப் பாக்கிறயா?" என்று திடுதிப்பென ஜமீன்தார் அவனைக் கேட்டுவிட்டு அவன் முகபாவத்தை ஆராய்ந்தார்.

அந்த சில விநாடிகளுக்கு இருவரும் ஒருவரையொருவர் நோட்டம் பார்த்துக் கொண்டார்கள். அந்த வாலிபனின் வேலையையும் கையாளும் புதுப்புது உத்திகளையும் சுதாரிப்பையும் கையுறுதியையும் அந்த இரண்டு காளைகள் விஷயத்தில் அவர் பார்த்துவிட்ட பிறகு அவருக்குத் திடீர் சந்தேகம் பிறந்துவிட்டது – வாடிபுரம் காளையையும் அவன் பார்த்துவிடுவானோ என்று. இதுவரை இருந்த இரட்டை நிச்சயம் அவருக்கு இப்போது இல்லை, முதல் முதலாக அவர் வாழ்க்கையில், வாடிவாசல் முன்பு.

வீசி வந்த கேள்வியைக் கேட்டு பிச்சியும் சற்றுத் திடுக்கிட்டு விட்டான். ஜமீன்தார் கேள்விக்கு அர்த்தம், அதற்குப் பின் உள்ள அவர் நினைப்பு, இதெல்லாம் நினைத்துப் பார்த்தான். அவர் முகத்திலிருந்து நிச்சயமாக மதிப்பிட முடியவில்லை. ஆனால் ஒன்று மட்டும் நிழல் வீசியது. அவரது சந்தேகத்தைப் போக்கும்படியான இரண்டிலொரு பதிலை எதிர்பார்த்த மாதிரி தோன்றியது.

"உறுதியாச் சொல்லமுடியாதுங்க" என்று ஜமீன்தார் கண்களைச் சந்திக்காமலே தலைகுனிந்து பிச்சி இழுத்தான். "நோக்கம் பார்த்துகிடணுங்க." அந்த வார்த்தை

முனக்கமாக வந்தது. ஆனால் ஜமீன்தார் காதுக்குத் தெளிவாகக் கேட்டது.

"சரி போ!" என்று ஜமீன்தார் வெட்டிச் சொன்னார். "மாடுகளைப் புடி!" பிச்சியின் வார்த்தைகளில் உள்ள அர்த்தம் அவருக்குத் தெளிவாகிவிட்டது.

இன்னொரு பெரிய கும்பிடு போட்டுவிட்டு பிச்சி திட்டி வாசலுக்கு நகர்ந்தான். கூட்டமும் கலைந்து வாடிவாசலை விஸ்தரித்துக் கொடுத்து வளைந்து நின்றது. அடுத்த காளை வெளியேறியது.

ஜமீன்தாருக்குப் பின்வரிசை ஆசனத்தில் உட்கார்ந்திருந்த காரியஸ்தர் குரல் அவர் காதில் விழச் சொன்னது: "உசிலனூர் சல்லிக்கட்டுலே அது மேலே ஒருத்தன் விழுந்து செத்தான்னு பேச்சு இருந்ததே, அவன் மகனாம் இந்தப் பய! அதைப் பிடிக்கத்தான் வந்திருக்கானாம்."

சந்தேகம் தெளிவாகிவிடவே, ஜமீன்தார் லேசாகச் சிரித்து, "அவன்தான் நெஞ்சைத் திறந்து என்கிட்டவே பேசிட்டானே," என்றார். அதற்கு மேல் அவர் வார்த்தை வளர்க்கவில்லை.

காளை பின் காளையாக களேபரத்திடையே வெளியேறிக் கொண்டிருந்தது.

பிச்சி கொடுத்த பத்து ரூபாய் நோட்டையும் தன் வெற்றிலைப் பையில் வைத்துக்கொண்டே கிழவன் ஓதிய குரலில் பிச்சியிடம் சொன்னான். "தம்பி! சமீன்தாரு முகத்தைக் கவனிச்சியா? உன் பதிலைக் கேட்டு சுணங்கிட்டாரு. காரிக் காளையை வச்சுத்தான் அவருக்கு எல்லாம். தூக்கிப் போட்ட மாதிரி இப்படி முறிச்சுப் பேசிருவேன்னு அவரு எதிர்பார்க்கல்லே."

“ஆமா, மனசுலே போட்டுக்கிட்டாரு. முகத்துலே நல்லா தெரியுது,” என்றான் பிச்சி.

“நீயும் கவனிச்சியா? வேலைக்காரன்னு தெரிஞ்சா மதிப்பாரு. அவரு குணம்,” என்றான் கிழவன்.

“ஆனா, தன் மாடுன்னா அந்த நினைப்பு வேறேதான், பாட்டயா” என்றான் பிச்சி.

“ஒத்துக்கிடறேன் தம்பி,” என்று கிழவன் சொன்னான். “ஆனா, மாடு அணைகிறவன் மாட்டுத் திமிலையும் கொம்பையும்தான் பார்ப்பான். அதைப் புடிச்சிக்கிட்டு வாரவன் கையைப் பாக்க மாட்டான் என்கிறதும் அவரு தெரிஞ்சுக்கிட்டவருதான்.”

பிச்சியும் மருதனும் மறுக்காமல் அதை ஒப்புக் கொண்டார்கள்.

“பிச்சி, மருதா, தம்பிகளா,” என்று கிழவன் உரக்கக் கூப்பிட்டான். அவர்கள் முகத்தை வெறித்துப் பார்த்தான். “காரி எந்த சமயத்திலேயும் வெளியேறிடும். அது வாரபோது நீங்க எங்கிட்டு நிப்பீங்களோ, நான் எங்கிட்டு இருப்பேனோ தெரியாது. முதக்க காரியைத்தான் விடுவாரு.”

கிழவன் சொல்வதைக் காது கொடுத்து இருவரும் கேட்டார்கள். கிழவன் தொடர்ந்தான். “பிச்சி, உசிரு லச்சியமில்லை மறசாதிக்கு. ரத்தம் தண்ணி சிந்துதாப்லேதான். காரியைப் பத்தி உங்களுக்குத் தெரியாததை புதுசா நான் சொல்லிரப் போறதில்லே. என்னமோ உங்களைக் கண்டதும், பெத்த மக்க மாதிரி, உசிரை வச்சிட்டேன். நல்லா நினைச்சுப் பாத்து விளுங்க. முதப்பிடி வசம் தவறிச்சுன்னா போச்சுது...” என்று பெருமூச்சு விட்டுவிட்டு மருதனைப் பார்த்துச் சேர்த்தான். “மருதா,

உன் தங்கச்சி தாலிக் கழுத்தை மனசிலே நிறுத்திக்க. அவ புருசனுக்கு ஒன்றும் வந்திரக்கூடாது. புரிஞ்சுக்கிட்டயா?” கிழவன் நாத் தடுமாறினான். “செல்லாயி ஆத்தா காப்பா! ஆனா ஒண்ணு என் மக்களா! போறபோது அவளைக் கும்பிட்டுட்டு போகாமெ போயிராதிங்க.”

வாடிபுரம் காளை!

வாடிவாசலையும் தொழுவத்தையும் பிரித்து நிற்கும் ஆள் உயர வேலி அடைப்பின்மீது உட்கார்ந்து இருந்த ஒரு பையன் கத்தினான்.

“வாடிபுரம் காளை!”

“கருப்புப் பிசாசு!”

“ராட்சசக் காரி!”

கத்திய அத்தனை குரல்களிலும் ஒரு நடுக்கம். திகில் வெடித்துப் பரவியது. வாடிவாசல் அமர்க்களப்பட்டது. சில விநாடிகளில் வாடிவாசலிலே முண்டியடித்து எக்கி நின்ற கூட்டம் போன இடம் தெரியவில்லை. காரி கொம்புக்கு எட்டாதபடி எப்படியெல்லாம் பாதுகாத்துக் கொள்வதென்று தவித்து அவனவன் அங்குமிங்கும் ஓடிப் பதுங்கப் பார்த்தான். குறிப்பாக அங்கொன்றும், இங்கொன்றுமாக அரை மனதும் கால் மனதுமாக நின்ற சில மாடணைகிறவர்களைத் தவிர திட்டிவாசலிலோ அணை மரங்களுக்குப் பக்கத்திலோ வேறுயாரும் இல்லை. துடைத்துவிட்ட மாதிரித் திட்டிவாசலைச் சுற்றிக் குழப்பமின்றி விஸ்தாரமாக இருந்தது. அதிலேயும் இரண்டொருத்தன்தான் துணிந்து நின்று காளை உள்ளே அவிழ்க்கப்படுவதைப் பார்த்தான்.

காளை திட்டியை விட்டு வெளியேறும்போது அவனும் அங்கே இருக்கமாட்டான். ஏதாவது ஒரு மேடைக் காலைப் பிடித்து ஏறி கவ்விய கால்களுடன் குரங்குமாதிரி உசிரைப் பிடித்துக்கொண்டு காளை போகும்வரை

உட்கார்ந்து இருக்கப் போகிறான். எந்தக் காளைக்கும் காட்டாத மரியாதை கொடுத்து ஆற்று நோக்கிய பாதையை விசாலப்படுத்திக் காளை தன் போக்கில் போக வழிவிட்டு பிளந்து நின்றது கூட்டம். இரண்டாவது வரிசையில் நிற்கவே ஒவ்வொருவரும் தவித்தனர்.

தொழுவத்தில் அதன் அலங்காரங்கள் கலைக்கப்பட்டு, உள்வாடிக்குக் கொணரப்பட்ட காளை ஒரு தடவை முக்காரமிட்டுவிட்டு ஒரு சிறுவன் பிடி கயிறுக்கு அடங்கி பரம சாதுவாக அடைப்புக்குள் ஆடியசைந்து வந்தது.

"மருதா," என்று உஷார்ப்படுத்திக்கொண்டு பிச்சி லங்கோட்டை ஒருதரம் இறுக்கிக் கொடுத்துவிட்டு வயிற்றை எக்கிக் கொடுத்து ஒரு முழு மூச்சு இழுத்தான். கீழே குனிந்து இரு கைகளையும் தரையில் தேய்த்து, பிடி வழுக்காமல் இருக்க சுரசுரப்பாக்கிக் கொண்டான்.

"கிளக்கத்தியான் காரியைப் பிடிக்கப் போறான்!"

"பய செத்தான்!"

"செல்லாயி வாடியிலே அவனுக்கு முடிவு போட்டிருக்கு!"

"குறுத்துப் பையன், அநியாயமா – !"

"பட்டு உருமாவுக்கு ஆசைப்பட்டு உசிரை இந்தான்னு கொடுக்கிறானே பாவி!"

"ரெண்டு பவுனுத் தங்கம் கண்ணுலே உறுத்துமில்லே!"

ஆளுக்கொரு அபிப்பிராயமாக கூட்டம் பரிமாறிக் கொண்டது.

ஜமீன்தார் காதுகளில் இதெல்லாம் விழுந்தது. ஆமோதித்தாரா இல்லையா என்ற இரண்டும் கெட்டான் மனதுடன் அவர் பிச்சியின் ஆயத்த நிலையை அசைவுக்கு

அசைவாகக் கவனித்துக் கொண்டிருந்தார். இத்தனை வருஷமும் இல்லாமல் தன் காளைமீது ஒருவன் விழுந்தான் என்ற பேச்சு பிறக்கப்போகிறதே என்று சற்று மயங்கியவருக்கு திடீரென அந்த நினைப்பு மாறித் தன் வாழ்நாட்களில் வாடிவாசலில் கண்டிராத ஒரு போராட்டத்தை எதிர்பார்க்கும் துடிப்பு ஏற்பட்டது. காரியைப்பற்றி அவருக்கு வெகு நிச்சயம். அவனை வாழைநார் மாதிரி கிழித்து எறிந்துவிடும் அது. ஆனாலும் –? அது மேலே, என்ன ஆனாலும் விழுந்து விடுவது என்று துடியாத் துடிக்கும் அந்த வாலிபனைப் பார்க்கப் பார்க்க அவருக்குப் படபடத்தது. பில்லையும் கொராலுமா காரி? நந்தி தேவனே யல்ல அவதாரமாக வந்திருந்தது. அதைப் போய்... "பாவிப்பய!" அவர் வாய்விட்டுக் கூட பக்கத்தில் உட்கார்ந்தவர்கள் கேட்கும்படியாக சொல்லிவிட்டார். ஆசனத்திலிருந்து முன் சாய்ந்து குறுக்குக் கம்பின்மீது கைவைத்து ஆர்வத்தோடு பார்க்கும்போது அவர் பக்கமாகத் திரும்பிய பிச்சியின் பார்வையைச் சந்தித்து விட்டார்.

"ஹூம், பிடி!" என்று சொல்வதுபோல தன்னை அறியாமலேயே தலையை ஆட்டி விட்டார். ஏன் அப்படிச் சொன்னோம் என்றே அவருக்குப் புரியவில்லை, பிறகு நினைத்துப் பார்த்துக் கொண்டபோது.

பிச்சி ஒரு அவசர கும்பிடு போட்டுவிட்டு முகம் திரும்பிவிட்டான். அடைப்புக்குள் காரியின் மூக்கணாங்கயிற்றை அந்த மாட்டுக்காரச் சிறுவன் அவிழ்த்துக்கொண்டிருந்தான். அந்தச் சிறுவன் ஒருவன்தான் அதைச் சிறுவயது முதல் கைமேய்ச்சலாக வளர்த்தவன். அவனுக்குத்தான் அது கட்டுப்படும். அவன் எங்கிருந்து கூப்பிட்டாலும் பசுக்கணக்காகப் போகும்.

"மருதா, நல்ல ஜாதிக் காளை இது. இதைப் புரிந்துக்கிடறது கஷ்டம்," என்றான் பிச்சி மெதுவாக. "எந்தப்

புடிக்கு எப்படி சமாளிக்கும் விலக்கும்னு சொல்லமுடியாது. சுதாரிப்பா இரு. நோக்கம் பாத்துக்க."

மருதன் புரிந்துகொண்ட தலையசைப்புடன், "சரி பிச்சி, திட்டிவாசல்லே நின்னுக்கிட்டிருந்தா அர்த்தம்? கழுதை முதக்க அணைமரத்தைத்தானே நோக்கும். அதைக் காலி பண்ணிட்டுல்லே வாடிவாசலுக்குப் போகும்," என்றான்.

"இரு இரு, மருதா! என்னை ஒட்டி நில்லு. சரி போ." அடுத்த விநாடி திட்டிவாசல் வெறுமையாக இருந்தது.

அடைப்புக்குள்ளிருந்து மாட்டுக்காரச் சிறுவன் வெளிவந்தான் மாட்டைத் தொட்டுக் கொண்டே. மாடும் திட்டி வாசல் விளும்புக்கு வந்து நின்றது. சிறுவன் பளிச்சென்று விலகிப் பாதையை நோக்கி ஓடிவிட்டான் மாட்டுக்கு எவ்வித சமிக்ஞையும் காட்டாமல்.

"பாத்தியா, காளை வரவும் கிழக்கத்தியான் பம்மிட்டான்."

"அவ்வளவுதான் பய!"

"சும்மா ஆர்ப்பாட்டக்காரனுங்க!"

தன்னைச் சுற்றி எழுந்த இந்த கேலி வார்த்தைகளைக் கேட்ட ஜமீன்தார், "உளறாமே பாத்துகிட்டிருங்க," என்று சுருக்கெனச் சொல்லி அடக்கினார். "அவன் ஒரு பிறவி! எந்த மாட்டுமேலே எப்படி விழணும்னு அவனுக்கு சுபாவத்திலேயே ஊறிக் கிடக்கும். பாருங்க!" கண்டன வாய்கள் மூடிக்கொண்டன. ஜமீன்தார் அதி ஆர்வத்துடன் உன்னிப் பார்த்தார். அவருடைய அசாதாரண பரபரப்பைக் கண்டு அவரது ஆட்களே ஆச்சர்யப்பட்டார்கள்.

திட்டிவாசலில் காரி ராஜாங்கமாக நின்றது. அதன் புடைத்த, பளீரிடும் கரும் திமில் நெஞ்சுயர மரக்கட்டை

அடைப்புக்கு மேலாக எடுப்பாகத் துருத்திக் கொண்டிருந்தது. அதன் நெற்றித் திட்டு ஓரங்களிலிருந்து கவட்டையாகக் கிளம்பிய இரண்டு ஈட்டிக் கொம்புகளும் நுனியில் லேசு கொக்கி வளைசலுடன் பளபளத்து எடுப்பாகத் தெரிந்தன. தலையைத் தணித்து கீழ்ப் பார்வையுடன் அது தயக்கமில்லாமல் நிதானமாக எட்டு வைத்து, திமில் நாசுக்காக நெளிய, கொம்பு மந்தமாக அலைக்க, திட்டியை விட்டு பாதி வந்து இரு அட்டங்களிலும் அணைமரத்துப் பக்கம் ஓரப்பார்வை பார்த்துவிட்டு நிச்சயம் செய்துகொண்டு, மத்தி வாடிவாசலில் வந்து நின்றது.

"ராஜாளி மாதிரி வந்து நிக்குது பாரு!"

"மத்த கழுதை மாதிரி இதுவும் ஓடிச்சுன்னா பிறகு என்ன?"

"நின்னு குத்திக்காளைன்னா இதான்!"

"இதையா கிளக்கத்தியான் பிடிக்கப் போரான்!"

நின்ற காரி வாடிவாசலில் தன்மீது கைபோடும்படி சவால் விட்ட மாதிரி இருந்தது. அதன் மூச்சு தரையில் பட்ட இடங்களில் மண் சிதறிப் பறந்தது. ஒரு தரம் செறுக்கடித்தது. மறுபடியும் தரையை முகர்ந்துகொண்டிருந்தது.

"கிழக்கத்தியானுக எங்கிட்டு இருக்கானுக பாரு," என்று கண்கள் அவர்கள் திசையைத் தேடிக்கொண்டிருந்தன. ஆனால் காளை தங்கள் முன்பு இருந்த பீதியில் அவர்கள் பார்வை அவர்கள் பக்கம் அதிகம் நிலைக்கவில்லை. அப்போது நேர் பாதையைப் பார்த்துநின்ற காளை சரக்கென நேர் பின்னால் சுழன்று திரும்பிக் கொம்பையலைத்து ஒரு எட்டு முன்வைத்தது. ஏதோ ஒரு நிழலசைவோடு டுர்ரீ என்ற சப்தமும் தன் பின் கிளம்பியது கண்டுதான் அப்படி முறைத்துத் திரும்பியது. பதறிவிட்ட முன்வரிசைக் கூட்டம்

அசைவு காட்டக்கூட பயந்து காளையின் வெறிக்கு தூபம் போடும் சமிக்ஞை எதுவும் செய்யத் துணியாமல் சவத்தை நிறுத்தி வைத்த மாதிரி, பதிந்து நிற்கப் பிரயாசைப்பட்டது. ஒரு சிறு சமிக்ஞை போதும் காளை அந்தத் திசையில் பாய்வதற்கு. காளை இரண்டு தரம் செறுக்கடித்தது.

"யாருடா பாவிப்பய, குறுக்கே விளுந்து டுர்ரீ காட்டினவன்!" என்று பின்வரிசையிலிருந்து குரல்கள் எழுந்தன. "முருகு, நீயா இந்த வேலை செய்தே" என்று கிழவன் எங்கிருந்தோ கத்தினான். பிச்சி ஆயத்தமாக இருந்த இடத்திற்குக் காளையைத் திருப்பி விடத்தான் முருகு அப்படிச் செய்தான் என்பதை அங்குள்ளவர்கள் யூகிக்க அதிக நேரம் ஆகவில்லை. காளையின் கொம்புக்கு நேர் எதிரில் அசையாது அடுத்தடுத்து நின்றிருந்தது பிச்சியும்

மருதனும்தான். காளையின் முகத்தை அவர்களுக்கு எதிரே நிலைக்கச் செய்துவிட்டுப் பின்வரிசைக்குப் போய்விட்டான் முருகு.

"சீ, நீயும் ஒரு மாடு அணைகிறவனா?"

"பொம்பளையா பிறந்திருக்கணும் நீ!"

"பேடிப்பய!"

இதெல்லாம் மீறி "ஜமீன்தாருக்கு நல்லா பேரு வாங்கிக் கொடுத்திருவேடா தெற்கத்தியான்!" என்று கிழவன் கத்தல்தான் கடைசி வரிசையிலிருந்து எழுந்தது. "நாயைப் போய் நடு உள்ளே வச்சாரு பாரு!" கிழவன் எச்சிலைக் காறித்துப்புகிற பாவனை காட்டினான்.

ஜமீன்தார் காதில் இது விழுந்தது. ஆனால் இதைப் பற்றிச் சிந்திக்க அப்போது நேரம் இல்லை. மாடும் மனுசனும் நேர் எதிரே ஒருவரையொருவர் முறைத்து நிற்பதையும், முகம் திரும்பாத காளைக்கு எப்படிப் பாராக்குக் காட்டித் திரும்பச் செய்வதென பிச்சி மூளையைக் குடைந்து கொள்வதையும் பார்த்துக் கொண்டிருந்தார்.

எதிரே நின்ற உருவம் லேசாக அசைந்தாலும் பாய்ந்து விடுவதுபோல முகம் தணித்து பிச்சியையும் மருதனையும் முறைத்து நின்றது. சும்மா நிற்பவர்களை வெறிபிடித்துத் தாக்கும் காளையல்ல அது. அதை நோக்கி வந்தவனைத்தான் அது மதிக்கும். காரியும் நகரவில்லை, மனிதனும் அதன் குறிக்குத் தப்பி விலகவும் வழி இல்லை. இந்த மறிப்பு விளையாட்டின் முடிவைக் கூட்டம் கதிகலக்கத்துடன் பார்த்துக்கொண்டிருந்தது.

காளையின் முனைத்த பார்வையை எப்படித் திருப்பி விடுவது என்பதுதான் பிச்சிக்குப் பிரச்னை. தோள் பக்கமாக முகத்தைத் திருப்பி மருதனுக்கு ஒரு சமிக்ஞை செய்தான். அடுத்த விநாடி இருவரும் ஒத்தாற்போல

80 ● சி.சு. செல்லப்பா

விருட்டென்று கூட்ட வரிசைவளைவின் நேர் எதிரெதிர் திசைகளில் பாய்ந்தார்கள். ஒரு க்ஷணத்துக்குக் காளை எந்த திசையில் போகிறவன் பக்கம் திரும்புவது என்று குழம்பி இரு பக்கமும் மாறித் திரும்பித் தலையசைத்தது. சமாளித்துக் கொண்டு பிச்சி சுழன்று வரும் திசைப் பக்கமாகவே தானும் சுழன்று அவன் அசைவுக்கு நேராகக் கொம்புகளைத் திருப்பி ஆட்டி வந்தது. காளை ஒரு எட்டு முன்வைப்பதைப் பார்த்து பிச்சி அசையாமல் நின்றுவிட்டான். தன்னை நோக்கி அவன் வரவில்லை என்று அறிந்த காரி அப்படியே நின்று அவனை முறைத்து நிலை எடுத்துக் கொண்டது.

"மாடா அது, மனுசனா இல்லே வேலை காட்டுது!"

அந்தக் காரியின் குணத்தை அந்த வட்டாரத்தில் பார்ப்பதற்குக் கிடைத்தது அதுதான் முதல் சந்தர்ப்பம். மனிதனுக்குச் சரியாக அறிவோடு அது நடந்துகொண்டதுதான் பிரமிக்கத் தக்கதாக இருந்தது. அவனைப் பார்த்துக்கொண்டே, குளம்புகளால் தரையைப் பிறாண்டி மண்ணைக் கிளறிவிட்டது. காளைக்குச் சூடு ஏறிவிட்டதைக் கண்ட கூட்டம் அது அந்த இடத்தை விட்டுப் போனால் தேவலை, விளையாட்டு போதும் என்ற திகிலுடன் 'போ, போ' என்று சாந்தப்படுத்தி, குரல் கொடுத்துக் கொண்டிருந்தது. ஆனால் காரியோ தன் சவாலுக்கு முடிவு தெரியும்வரை இம்மியும் நகரப்போவதில்லை என்ற உறுதி காட்டின மாதிரி நின்ற இடத்திலேயே கால்களை மாறிமாறிப் போட்டு மூச்சு உதறுவதும், காலடிப்பதும், கொம்பலைப்பதுமாக நின்றது.

பிச்சி அதன் கொம்புக்கு நேராகவும் மருதன் அதன் வால் பக்கமாகவும் அசையாமல் நின்றார்கள். பிச்சியின் முகத்தையே சமிக்ஞைக்கு எதிர்பார்த்துக் கொண்டிருந்தான் மருதன். காளைக்கு மேலாகப் பார்த்து பிச்சி மருதனுக்கு சமிக்ஞை செய்ததுதான் தாமதம்.

“டுர்ரீ!”

மருதன் குரல் வாடிவாசல் முணுமுணுப்பைக் கிழித்துக்கொண்டு எழுந்தது. கூவிக்கொண்டே முன் வந்து காளையின் வாலை ஜாடையாகத் தொட்டுவிட்டு வட்ட விளும்போரமாகப் பின்னரித்தான். கைபடவும் காளை சடக்கெனத் திரும்பியது அவன்மீது பாய. அது பிச்சியை விட்டுவிட்டு ஒரு சிறு கோண அளவுக்குத் திரும்பி இருக்கும்; சில்வண்டு மாதிரி அட்டத்திலிருந்து பாய்ந்து அதன் திமிலில் இடது கையைப் போட்டு நெஞ்சோடு நெருக்கி அணைத்துக் கழுத்தோடு தன் உடலை ஒட்டிக்கொண்டு அதன் வலக்கொம்பில் கைபோட்டான் பிச்சி. ‘சபக்’ என்ற சப்தத்தைத்தான் கூட்டம் கேட்டதே தவிர மின்வெட்டு நேரத்திற்குள் அவன் மாட்டோடு ஒன்றியதைக் கண்கள் கிரகிக்க முடியவில்லை.

எதிர்பாராத இந்தப் பாய்ச்சல் காளைக்கு எடுத்த எடுப்பில் பிந்திவிட்ட பாதகமாகப் போய்விட்டது. ஆனாலும் அதனுடைய சுபாவ மிருகக் குணம் மறு க்ஷணத்தில் சமாளிப்பைக் கொடுத்தது. முழு வேகத்துடன் கொம்பை அலைத்து பிச்சியை அட்டத்தில் குத்தப் பார்த்தது. ஆனால் பிச்சியின் அமுக்கி அழுத்திய பிடி கொம்பை எதிர்திசைக்குத் தள்ளிக்கொண்டிருந்தது. அவனும் காளையின் தலை எப்படித் தாறுமாறாகத் திரும்பினாலும் கொம்புகள் முகத்திலோ கழுத்திலோ தட்டிவிடாதபடி முழங் கால்களை மடித்துத் தன் தலையை அதன் கழுத்தோடு சாய்த்துக்கொண்டான். காளையின் தலை கீழ்நோக்கி அழுத்தப்படவே காளை உத்தியை மாற்றி ஒரு எகிறு எகிறி நான்கு கால்களையும் உயரே தூக்கித் தவ்வியது. பிச்சியும் அதோடு உயரே போனான்.

“அட! விராலு மாதிரி துள்ளுதுடா!”

“குதிரை கணக்கா எறியப் பாக்குது!”

“செத்தாண்டா பய ஊட்டி திருகி விழுந்து!”

“தூக்கிப் போட்டுப் பட்டையுரிச்சிடப் போகுது!”

“ஆஆஆஆ! ச்ச்சுசு!”

மருதன் கத்தினான். “பிடியை உட்டிராதே, பிச்சி! பிடியை உட்டிராதே!” அவன் கையும் படபடத்தது. உடல் வெறியேறி ஆடிக்கொண்டிருந்தது. ஆள் உயரத்துக்கு மேல் எழும்பிய காளை அந்தரத்தில் முதுகு குவிந்து, தலை உள்ளடக்கி, புட்டம் சரியத் தொங்கி தடாரென்று கால்களைத் தரையிலடித்துக் கொண்டு கீழே இறங்கியது. பிச்சியும் பிடிவிடாமல் கூடவே இறங்கி, கால்களைத் தரையில் பதித்து நிலைக்கத் துளாவினான். ஆனால் அவன் நிலைக்கு முன்பே மறுபடியும் காளை எம்பி தவ்வி விட்டது.

“பிடியை விட்டிராதே! விட்டிராதே!” கூட்டத்திலிருந்து பதறிய ஆர்ப்பரித்த கத்தல்கள்.

“ஒரு தவ்வுக்கு நின்னுட்டாண்டா!”

“இரண்டாவது தவ்வுலே உருட்டிடும்!”

“கிளக்கத்தியான் கை அந்தா சளைக்குதுடா!”

காளை மறுபடியும் தள்ளிப்போய்க் கீழே இறங்கியபோது வாஸ்தவமாகவே பிச்சியின் கால்கள் பாதம் மடிந்து பதிக்கத் தடுமாறின. அவன் முகம் எங்கே இருந்தது, கையும் கொம்பும் எப்படி பின்னி இருந்தது, திமில்பிடி எப்படி சுழன்று இருந்தது, இதெல்லாம் கூட்டம் பார்க்க இடம் இல்லாமல் காளை மூன்றாம் தவ்வும் தவ்விவிட்டது.

“ஓ! இரண்டு தவ்வுக்கு நின்னுட்டான்!”

“வாடிபுரம் காளை பிடிபட்டுப் போச்சு!”

“பிச்சி, பிச்சி! விட்டிராதே. இந்த ஒரு தவ்வுதான்!”

“காளையும் சளைக்குதுடோய்! மூன்றாவது எம்பிலே உரமில்லே!”

பாதம் நிலைக்கத் தடுமாறியவாறே திமில் பிடி, கொம்புப் பிடி வலுவில் காளையோடு மூன்றாம் தடவையும் மேலே போய்விட்டான் பிச்சி. காளை எம்பி விழும் வேகச் சுழலில் கிளம்பிய புழுதி மறைக்க காளை தங்கள்மீது வந்து விழும் என்று பதறி இன்னும் பின்னரித்தக் கூட்டத்துக்கு அப்போது ஒன்றும் தெரியவில்லை. மேடையிலிருந்து சமீன்தார் கீழே விழுந்துவிடுவார் போல் போராட்டத்தைப் பார்த்துக்கொண்டிருந்தார். சளைக்கிறது கையோ கொம்போ, யார் சொல்ல முடியும் அந்த நிலையில்?

மூன்றாம் தடவை காளை கீழே இறங்கியபோது, பிச்சியின் கொம்புப்பிடி தளர்ந்துவிட்டது. மாடு தரையில் காலூன்றத் துளாவும்போது பிச்சியின் கையும் கொம்பிலிருந்து வழுக்கிக் குறிப்பின்றிக் கொம்புக்காக அந்தரத்தில் துளாவியது. சில விநாடிகளுக்குத் திமில்பிடி வலுவில்தான் அவன் கீழே கூட வந்தான்.

“பிச்சி, பிச்சி!” கிழவன் பெரிசாக் கத்தினான்.

“ஐயோ, கொலைதான்!”

“மூணு தவ்வுக்கு நின்னுட்டான்!”

“மோசம் வரப் போகுது!”

பீப்பாய் உடலுடன் மூன்று தடவை தவ்வியதில் காளையும் சளைத்தது. மடிந்த கால்களைச் சரிப்படுத்தித் தரைமீது கால்களை நிலைக்கச் செய்ய தடுமாறியது. பிச்சி முந்தி சுதாரித்து நிலைத்தான். சுழித்து விழாமல் இருக்க வலது கையையும் வீசித் திமில்மீது போட்டு அதைப் பிதுக்கிப் பிழிந்துவிடுவது போல் அணைத்துக் கொண்டான். தலை தணிந்து இருந்த காளையின் கொம்புகள் அவன் கை தூரத்துக்குச்சில அங்குலம் எட்டியே இருந்ததால்

கொம்புப் பிடி சிக்க வகையில்லை. விழுந்த வேகத்து நிலைகுலைவை காளை சுதாரித்துக் கொண்டதும், கொம்பை உபயோகிக்க முடியும் என்று உணரும்போது அது என்ன செய்யும் என்பது பிச்சிக்குத் தெரியும்.

மூன்று தவ்வுக்கு அவன் நின்றுவிட்டான்! அந்த மிருகத்தை அவன் அடக்கிவிட்டான் என்பதுதான் அர்த்தம். ஆனால் இன்னும் ஒன்று பாக்கி. காளை நெற்றியில் தொங்கும் அந்த தங்கமெடல். அதற்குள் இது!

காளை கால்களைச் சரிப்படுத்திக்கொண்டு திடத்துடன் நின்றது. கொம்பு விடுபட்டுத் திமில்பிடி இறுக்கம் அதிகமாக இருப்பதை உணர்ந்து கழுத்தை வளைத்து வலப்பக்கம் கொம்பைக் கொணர்ந்தது. வலது கையைத் திமிலிலிருந்து விசிறிவிட்டுக் கொம்பைச் சதக்கென பிடித்தான் பிச்சி. பிடித்த கைக்கும் அப்பால் உள்ள குடலைக் குத்த காளை அதற்கு மேல் திரும்ப முடியாமல் அந்த இடத்திலிருந்தே கால்களைச் சுழித்துப் போட்டு முழு உடலையும் வளைத்துச் சக்கரமாகச் சுழன்றது காரி. பிச்சியும் காலைப் பின்னாடியே போட்டு இறுக்கும் திமில்பிடியும் எதிர் தள்ளும் கொம்புப்பிடியுமாகக் கூடவே சுற்றினான்.

காளை கிறுகிறென்று சுற்றியது.

"கொடை ராட்டினம் மாதிரி சுற்றுது!"

"புளியம் பழத்தை உலுப்பறாப்பிலே உலுப்பப் பாக்குதுடோய்!"

"எவ்வளவு கபடம் வச்சிட்டு இருக்கு!"

"போன சன்மத்திலே மனுசனா இருந்திருக்கும்!"

"பிச்சி விடாதே! காளை மசங்குது!" மருதன் கத்தினான். காளையின் சக்கரச் சுற்று வேகம் குறைந்து

கொண்டே வந்தது. தன் முழு மிருக சுபாவமும் அந்தத் திமிலையும் கொம்பையும் விடுவிக்கப் போதவில்லை என்று உணர்ந்த மாதிரி ஒரு க்ஷணத்துக்கு மலைத்து நின்றுவிட்டது அசையாமல் தலையை உயரே தூக்கிய வண்ணம். பூத்பூத்தென்று பெருமூச்சு விட்டது. அதுவும் அலுத்துப் போய்விட்டது, இனி முடியாது என்று நினைத்த மாதிரி உயரே பார்த்து மூச்சு உதறியது.

அப்போது காளையின் இடது கொம்பும் திமிலை ஒட்டி வந்தது. அதுதான் சமயம். திமிலோடு சேர்த்து அந்தக் கொம்பையும் எட்டிப் பிடித்துக்கொண்டான் பிச்சி. காளை புது அழுத்தத்தை உணர்ந்து தலையைக் கீழே சாய்த்து இழுத்தது. மாட்டின் கழுத்தோடு தன் உடலை ஒட்டிக்கொண்டு வலது கொம்பைக் கீழ்நோக்கி ஒரு தரம் எம்பிக் கொடுத்து, ஒரு தம் கொடுத்து அமுக்கினான். அழுத்தத்தில் காரி தலையை, மூக்கு நுனி உயரே பார்த்து மூச்சுதற ஆகாயத்தை நோக்கித் தூக்கியது. இடது கொம்பையும் திமிலோடு ஒட்டி அமுக்கினான். நான்கு கால்களையும் சதுரமாக வைத்துக்கொண்டு திமிலை நெளித்துக்கொடுத்து உயரே நோக்கி வாயைச் சற்று விரித்தது காளை, திணறி வாய்வழியாக மூச்சுவிட.

இன்னும் நாடகத்தின் கடைசி அங்கம் இருக்கிறது என்பது தெரிந்தும் அடக்க முடியாத களிவெறி கொண்ட கூட்டம் எம்பி எம்பிக் குதித்துக் கத்தியது.

"வாடிபுரம் காளை வாயைப் பிளந்திருச்சுடா!"

"கிளக்கத்தியான் வெண்டெடுத்துட்டான்!"

"வாலை கவட்டைக்குள்ர கொடுத்துக்கிட்டு எச்சிக்கலை நாய் கணக்கா நிக்குது பாரு!"

வலது கொம்புப்பிடியை விட்டுவிட்டு பிச்சி காளையின் நெற்றித் திட்டில் கைபோட்டு, கொம்புக்குக் கொம்பு மாறி

86 ● சி.சு. செல்லப்பா

மாறி சுற்றிக் கட்டியிருந்த உருமாப்பட்டைக்கு அடியில் கை கொடுத்து ஒரு இழு இழுத்தான். மெடல், அலங்காரச் சிறுதங்க நகைகள் கோர்த்திருந்த சங்கிலியுடன் பட்டுத் துணி அவன் கைக்குக் கொத்தோடு வந்துவிட்டது. அதை அப்படியே வாயில் கவ்விக்கொண்டான். தரையில் பதித்த கால்களை அழுத்தித் திமிலைச் சேர்த்துக் காளையை ஒரு தம் கொடுத்து எதிர்ப் பக்கமாகத் தள்ளிவிட்டு எகிறிப் பின்னால் பாய்ந்தான்.

அப்படியொன்றும் சமாளிக்க முடியாத தப்படி என்று சொல்லிவிட முடியாது. ஆனாலும் எச்சிப்போயிருந்த நிலைமையில், பின்னோக்கிய பாய்ச்சல் சற்று அதிகமாகவே இருந்துவிடவே, கால் தடுமாறிவிட்டது. சமாளிக்க முடியாமல் மல்லாந்து விழுந்துவிட்டான் பிச்சி. அவனுடைய தலை வாடிவாசல் வட்ட விளும்பின் முதல் வரிசைக் கூட்டத்தின் காலடிப் பக்கம் போய்ச் சரிந்தது. வாய்ப் பிடிமானம் தளர்ந்து பவுன், உருமா எல்லாம் சிதறி விழுந்தன.

"ஐயோ! காளை திரும்பிருச்சுடா!"

"போச்சு போச்சு! காளையை விரட்டு!"

"மோசம், மோசம்! கிளிச்செறியப்போகுது!"

கூட்டம் அலறிக் கத்தியது.

பழியுடன் சீறித் திரும்பியது விடுபட்ட காளை. அதனுடைய மிருக வெறி புது ஊக்கம் பெற்றுவிட்ட மாதிரி. மட்ட மல்லாக்காக, எழுந்திருக்க அவகாசம் இல்லை என்பதை உணர்ந்து தரையோடு தரையாகக் கிடக்கும் பிச்சியை நோக்கிப் பாய்ந்தது.

"டுர்ரீ! டுர்ரீ!"

காளையின் பின்புறமிருந்து கர்ஜித்த மாதிரி கத்தி காளையின் கவனத்தை இழுக்கப் பார்த்தான் மருதன். ஆனால்

பிடிபட்ட ரோஷத்தில் வெறி ஏறியிருந்த காளை அந்த டுர்ரீயையும் லட்சியம் செய்யாமல் கொம்புகளைக் கீழே தணித்து முன்னும் பின்னும் வீசி அலைத்து, படுத்துக் கிடந்த அந்த உடலுக்குள்ளே புகுத்தும் நோக்கத்தில் முனைந்தது. அவன் கிடந்த நிலைக்குக் குறுக்குவாக்கில் காளை பாய்ந்ததால் அதன் கொம்புகள் அவன் குடலுக்கு நேரே வந்தன. தலையை உயர்த்திப் பார்த்த பிச்சி அந்த அபாயத்தை உணர்ந்துவிட்டான். சர்க்கஸ் வேலைக்காரன் மாதிரி மல்லாந்தவாறே முதுகால் ஒரு கால் வட்டம் அரைத்துத் திரும்பி, காலுக்கு நேராக வந்த காளையின் அடிமூக்கில் கணக்காக இரண்டு காலையும் சேர்த்து குத்துவிட்டுக் கால்களைத் தரைமட்டமாக்கிக் கொண்டான். குத்து பலத்தில் முகத்தைச் சற்று பின்னரித்துத் திரும்பிய மிருகம் மூச்சு திணறிக்கொண்டு கவட்டையாக அகன்று இருந்த அவன் கால்களுக்கு நடுவில் முன்னேறிக் கொம்பை கீழ் நோக்கிக் கொந்தியது. நெஞ்சுக்கு நேராக வரவும் இரு கொம்புகளையும் பிடித்துக்கொண்டு பின்னுக்குத் தள்ளினான் பிச்சி. ஆனால் ஊன்றிய கால்களுடன் நிலை நின்று தாக்கிய மிருகத்தின் கையோங்கலில் அவன் கை சளைத்துக் கொம்பைப் பிடித்த கைகள் மடிய, கொம்புகள் நெஞ்சுக்குழிக்கு நேரே வந்துகொண்டிருந்தன.

"காளையை விரட்டு!" ஜமீன்தார் மேடையிலிருந்து பதட்டமாகக் கத்தினார்.

"மருதா, மருதா!"–கிழவன் அலறல்.

'ஒரு மாட்டுக்கு ஒருத்தன்' என்கிற பரம்பரை விதியை அனுசரிக்கும் பரம்பரையில் வந்த மருதனுக்கு, மாட்டை அடக்குவதற்கான உதவிக்காரன் என்ற தோரணையில் இல்லாமல், உயிரைக் காப்பாற்றுவதற்கு மட்டும் வாடிவாசலுக்குள் இன்னொருவன் கை போட்ட காளையை விரட்ட எப்போது இறங்க வேண்டும் என்பது

தெரியும். அந்தக் கணம் வந்து விட்டதை அவன் உணர்ந்துவிட்டான், எது வந்தாலும் சரி என்று.

குபுக்கென்று, முன் வரிசையிலிருந்து பாய்ந்து காளையின் வால் குஞ்சத்துக்கு மேலாகப் பிடித்து, புறங்கையில் சுற்றிக்கொண்டு சுண்டி இழுத்தான். சுரீர் வலியால் காளை தன் ஆகாரத்தை விட்டுவிட்டு, வாலுப்பக்கம் திரும்பத் தலையை உயர்த்தியது. உயர்த்திய வேகத்தில் கொம்பை இறுக்கிப் பிடித்திருந்த பிச்சியும் தரையிலிருந்து உயர்ந்தான். வசப்பிடியை உதறிவிட்டு அப்படியே கீழே கிடக்க அவகாசம் இல்லை. காளை பளிச்சென திரும்பவும் 'சதக்' என்ற சப்தம் கேட்டது. எப்படியோ எசைகேடாக அவன் அடித் தொடையில் கொம்பு பாய்ந்துவிட்டது. மாடு முழுக்கத் திரும்பவும் கொம்போடு தொடை உயர்ந்தது. தொடை கிழிபடத் திருகிச் சரிந்துவிழுந்தான் பிச்சி.

திரும்பிய காளை மருதனை, வாலைப் பிடித்தவனைச் சுழட்டிக் குத்தச் சுற்றியது. மாடு சுற்றவும் இறுக்கிப் பிடித்த வால்பிடியோடு மருதனும் கூடவே சுற்றினான். மாடும் அவனும் ஐந்தாறு சுற்றுகள் பம்பரமாகச் சுற்றிவிட்டார்கள். காளை அவனைக் குத்தப் பார்க்க, அவன் சமயம் பார்த்து விட்டு விலகித் தப்பிக்க பார்க்க, மருதன் தன்னைச் சுற்றி ஒரு தரம் பார்த்து, வாடிவாசலிலிருந்து பிச்சி அப்புறப்படுத்தப் பட்டுவிட்டதைத் தெரிந்துகொண்டு காளையின் வாலைத் திருகி வலுவாகச் சுண்டி இழுத்துவிட்டு பளிச்சென கையுதறிக் கொண்டு விசிறிப் பின்னடித்து கூட்டத்தோடு சேர்ந்துகொண்டான்.

தனது முதல் இரையையும் பறிகொடுத்துவிட்டு, இரண்டாவது இரையும் தப்பிப்போய், வால் வலி வேதனையுடன், காதுகள் விடைக்க செறுமிக்கொண்டு குறிப்பு இல்லாமல் கொம்பைத் திரும்பிய பக்கமெல்லாம் அலைத்து, கால்களால் தரையை உழுது, கட்டி

கட்டியாக மண்ணைக் கிளப்பி வாரி அடிக்கச் செய்து ஒரே ஆக்ரோஷமாக முன்னும் பின்னும் நிலைக்காமல் ஆடிக்கொண்டிருந்தது காரி. பழக்கமான நேர் எதிர் பாதை அதன் கண்களில் படவில்லை. அதன் வெறி நிலையை யூகித்த கூட்டம் பதறிச் சிதறியோடியது.

அது எந்தப் பக்கம் பாயும் என்பது தெரியாது.

திடீரென்று வெறியுடன் கூட்டத்திற்குள் முறைத்துப் பாய்ந்து சாடிக்கொண்டே சென்றது. சதக்! சதக்! மிருகத்தின் கொம்புகளில் புதுப் புது ரத்தம் தோய்ந்துகொண்டிருந்தது.

“தூக்கு தூக்கு ! . . . ஆஸ்பத்திரிக்கு!” என்ற குரல்கள் பதைபதைத்துப் பிச்சியைச் சுற்றி உளறின. கபக் கபக்கென ரத்தம் வெளியேறும் தொடைக் கிழிப்பை அமுக்கிப் பிடித்து ரத்தப் போக்கைத் தடை செய்து இறுக்கிக் கட்டிக்கொண்டிருந்தார்கள். நான்கு கைகள் அவனைத் தாங்கிய நிலையில், வலி பொறுக்க பல்லைக் கடித்து வாய்க்குள் முனகிக் கொண்டே தலையை நிமிர்த்தி உருட்டி யாரையோ தேடுவதுபோல பார்த்தான் பிச்சி.

“இந்தா இருக்கேன், பிச்சி!” என்று உணர்ச்சியுடன் மருதன் அவன் அருகில் குனிந்தான். “பழி வாங்கிட்டே பிச்சி! அப்பன் மானத்தைக் காப்பாத்திட்டே!”

“ஆமா, அப்பன் மனசு குளிர்ந்திருக்கும்,” என்று தெறிக்கும் வலியோடு முனகினான் பிச்சி. “ராட்சதப்பய மாடு. பம்பரமா ஆட்டிப் போடிச்சி!”

“பிசாசுக்குப் பிசாசா நீ அதை சாணிபோட வச்சுட்டியேப்பா!”

“உன் ஆயுசுக்கு இது ஒண்ணு போதும்டா தம்பி!”

“தலைமுறைக்கும் நிக்கும்னு சொல்லு!”

“செல்லாயி சல்லியிலே இப்படி இதுவரைக்கும் பாத்ததில்லே!”

இப்படி புகழ் வார்த்தைகளை நாக்குக்கு நாக்கு கொட்டியதெல்லாம் பிச்சியின் காதுகளில் விழுந்தன.

91 ● வாடிவாசல்

"மருதா! அதெல்லாம் எங்கே?" என்று ஈனஸ்வரத்தில் கேட்டான் பிச்சி.

"எங்கே மெடலு? பட்டு – உருமா எல்லாம்?" குரலுக்குக் குரல் கத்தின.

கூட்டத்திற்குள் நெக்கி வரமுடியாமல் திணறி, பிச்சியைப் பார்க்கத் தவித்துக்கொண்டிருந்த கிழவன் கூட்டத்து வெளியோரத்திலிருந்து, "இதோ" என்று கத்தினான். "வழி!" கிழவன் பரபரத்து நெருங்கிவந்தான். "விலகுங்க."

"இந்தா மவனே," என்று உணர்ச்சிப் பெருக்கால் நாத் தடுமாற காளையின் நெற்றியிலிருந்து பறிக்கப்பட்ட கொள்ளைப் பொருளை அவன் கைகளில் வைத்தான். "இந்தா. கண்ணாலே பாரு. நீ மனுசனுக்கு பொறக்கல்லேடா, புலிக்குப் பொறந்த பய! வேறெத்தை சொல்றது!" அவன் கண்களிலிருந்து ஆனந்தக் கண்ணீர் வழிந்துகொண்டிருந்தது.

கையிலிருந்த பளீரிடும் மெடலையும் பட்டு உருமாவையும் உறுத்துப் பார்த்துவிட்டு பிச்சி கிழவனைப் பார்த்தான். "பாட்டயா, எல்லாம் உங்க அனுக்ரகம்தான்."

"அசட்டுப் பையா, அப்படி மனுசனுக்குக் கிரீடம் வச்சுப் பேசிராதே," என்று அவனை அன்பாகக் கண்டித்துக் கிழவன் சொன்னான். "எல்லாம் ஆத்தா கண்ணுடா! அவ பேரைச் சொல்லிக் கும்புடு."

பிச்சி கைகளை உயர்த்தி செல்லாயியை நினைத்துக் கும்பிட்டான்.

"பொளுதுக்கும் பேசிக்கிட்டே இருந்தா?"

"தூக்குங்க ஆஸ்பத்திரிக்கு."

"ரத்தம் இன்னும் ஊத்தா வந்துக்கிட்டு இருக்கு!"

92 ● சி.சு. செல்லப்பா

“சும்மா தொடைக் குத்துதான் தம்பி, ஒரு வாரத்திலே சரியாப் போயிரும்.”

“வேப்பெண்ணையைக் காய்ச்சி உட்டாப் போகுது.”

“ஆஸ்பத்திரிக்குப் போகட்டுமப்பா முதல்லே!”

பிச்சியைத் தூக்கப் போனார்கள்.

“பாட்டயா,” என்று கிழவன் முகத்தைப் பார்த்துச் சொன்னான் பிச்சி: “என்னை முதக்க சமீன்தாருகிட்ட தூக்கிப் போங்க!”

“அட ரத்தம் இன்னும் –” என்று ஒருவன் இழுத்தான்.

“அவன் கேக்கறான்! தூக்குங்கடா!” என்று கிழவன் அதிகாரமாகச் சொன்னான்.

அப்போது அவர்களைச் சுற்றி ஒரு லேசான பரபரப்பு ஏற்பட்டது.

“சமீன்தாரே வந்துட்டாரு!”

“ஏ, நாய்களா வழி விடுங்க!”

“சரிகை துப்பட்டாவும் கையுமா இல்லே வராரு!”

“விலகு, விலகு!”

ஜமீன்தார் அவன் முன் வந்து நின்றார். அவரைக் கண்டதும் பிச்சி முகத்தில் ஒரு தர்ம சங்கடத் தவிப்பு படர்ந்தது. மரியாதை செலுத்தத் தன்னையும் மீறி எழுந்திருக்கப் பார்த்தான். கைகள் அவனை அசையவிடாது என்று உணர்ந்ததும் பேசாமல் இருந்தான். மெடலையும் பட்டு உருமாலையும் பிடித்திருந்த கைகளை உயர்த்தி “மவராஜா, கும்பிடறேங்க,” என்றான். அவன் குரல் நடுங்கியது. வார்த்தைகளைச் சேர்க்கவே தடுமாறினான்.

ஜமீன்தார் அவனை ஒருதரம் முழுக்க அளவிட்டுப் பார்த்தார். தொடையில் கட்டியிருந்த கட்டு ரத்தத்தில் தொப்பலாகிக் கொண்டிருப்பதையும் பார்த்தார். வார்த்தை எதுவும் பேசாமல் ஒரு மந்தமான, ஆனால் அவனை மெச்சியதாகக் காட்டிக் கொண்ட ஒரு மனம் திறந்த புன்னகையுடன் அவன் கண்களைப் பார்த்துக்கொண்டே தன் கையில் பிடித்திருந்த ஜரிகைத் துப்பட்டாவை அவன் நீட்டிய கைகளில் வைத்து அதன்மீது ஒரு நூறு ரூபாய் நோட்டையும் வைத்தார்.

கையில் பரப்பிக் கிடந்த அவைகளைப் பார்த்த பிச்சி தன்னை மறந்துவிட்டான். சமீன்தாரிடம் ஏதோ மனம் விட்டுச் சொல்லிவிட்டால்தான் ஆறும்போல் இருந்தது அவனுக்கு. "மவராசா, சமீன் மாட்டைப் புடிக்க இந்த நாய் வல்லீங்க. மூச்சுப் போறதுக்கு முந்தி அப்பாரு சொன்னாரு, 'பிச்சி நீயாவது காரிக் களுதையை...' அதை அவர் முடிக்கில்லீங்க. அதுக்குத்தான் –" அவன் கண்களில் நீர் வந்துவிட்டது.

"அதெல்லாம் வேணாம்டா! அப்பன் ரத்தம் மகனுக்குள்ளே ஓடல்லேன்னா..." அவனை அர்த்தத்துடன் பார்த்து மெச்சிய சிரிப்பு சிரித்தார். "தூக்குங்க ஆஸ்பத்திரிக்கு. சமீன் வண்டிக்குக் கொண்டுட்டு போங்க!"

மறுபடியும் கும்பிட்டான் பிச்சி. கைகள் அலக்காக அவனை வெளியே தூக்கிச் சென்றன, கூட்டத்தின் ஆர்ப்பாட்டத்தினிடையே. அவன் சுமந்து செல்லப்படுவதை நிலைத்துப் பார்த்துக்கொண்டே நின்றார் ஜமீன்தார்.

"காரிக் காளை மண்ணைக் கவ்விரிச்சு!"

"சமீன் மாட்டைக் கிளக்கத்தியான் பிதுக்கிப் போட்டான்!"

"பெரியபட்டி சமீன் மாடு களிஞ்சிருச்சி, வாடிவாசல்லே!"

94 ● சி.சு. செல்லப்பா

சமீன்தார் காதுகளில் இவை வீசியடித்துக் கொண்டிருந்தன, அந்த ஆற்றுப் பிரதேசம் பூராவும் எதிரொலிக்கும்படியாக. அவர் முகம் சடக்கென மாறி, ஒரு வெறிப்பு காட்டியது. எங்கேயோ குறிப்பின்றிப் பார்த்துக் கொண்டே, “காளை எங்கே இருக்கு இப்போ?” என்று கேட்டார்.

“அதோ, ஆற்று மணல்லே செருக்கடிச்சுக்கிட்டு இருக்குது.”

“பத்துப் பேரை குத்திப் போட்டிருச்சாம்!”

“ரெண்டு பேர் அந்த இடத்திலேயே செத்துட்டாங்க.”

“இன்னும் வெறியடங்கல்லே. அந்தப் பயலைக்கூட கிட்ட அண்டவிட மாட்டேங்குது.”

ஆளுக்கொரு தகவல் கொடுத்தார்கள்.

“வாங்க போகலாம். மாடு விடறதை நிறுத்தி வையுங்க,” என்று ஜமீன்தார் ஆற்றை நோக்கி நடந்தார். அவர் முகத்தில் இருந்த தீவிரத்தைக் கண்டு, புரியாத ஜனக்கூட்டம் அவருக்கு முன்னும் பின்னுமாக ஆற்றுக்குள் ஓடியது.

நடு ஆற்றில் கொம்புகளால் இன்னும் மணலைக் குத்திக் கிளப்புவதும் கால்களால் உழுவதும் செறுமுவதுமாக காரி பிசாசாக நின்றுகொண்டிருந்தது. ஆள் – படுக்கிற – அகல அதன் கரு முதுகின்மீது ஒரே மணல். ரத்தம் வழிந்த அதன் கொம்புகளில் மணல் அடை அப்பிச் சகதியில் முக்கியெடுத்த மாதிரி இருந்தது. பாய்ந்து தாக்கிய வெறி தணியாது நின்ற இடத்திலிருந்து அது அட்டகாசம் செய்துகொண்டிருந்தது, எவ்விதக் குறிப்பு நோக்கமும் இல்லாமல்.

பத்திரமான தூரத்தில், ஆனால் ஓரளவு கிட்ட தன் பரிவாரங்களுடன் நின்று காளையையே வெறித்துப் பார்த்தார் ஜமீன்தார். கூட்டம் அவரைப் பார்ப்பதும் காளையைப் பார்ப்பதுமாக இருந்தது. அவனவனுக்குத் தோன்றியவாறு காதோடு காதாக முனகிக்கொண்டார்கள். காளைக்குப் பின்னாடி ஓரளவு தூரத்துக்கு யாராவது நிற்கிறார்களா என்று தூரத்தில் பார்த்தார் ஜமீன்தார். யாரும் அபாயகர எல்லைக்குள் இல்லை என்று பட்டதும் இடுப்பில் கட்டியிருந்த உறையிலிருந்து பளிச்சென ரிவால்வரை உருவினார்.

அவர் தேகம் பதறியது. தான் பிடிபட்டதுடன் ஜமீன் பெயருக்கே உலைவைத்த அந்தக் காரி அவர் முன் இன்னும் செறுக்கடித்துக் கொண்டிருந்தது.

“இன்னும் உனக்குச் செறுமல் வேறேயா?” என வாய் விட்டுச் சிரித்தார் ஜமீன்தார். அவர் கையிலிருந்த ரிவால்வர் நீண்டு உயர்ந்து காளைமீது குறியாக இரண்டு தரம் வெடித்தது.

காளையின் கால் கிளறல் சடக்கென நின்றது. கொம்பலைப்பும் நின்று தொட்டில் மாதிரி முன்னும் பின்னும் முழு உடலோடு ஆடியது. வயிற்றுக்கடியில் கால்கள் துவண்டு கொடுத்தன. புட்டாணிப்பக்கம் சரிந்து பின் கால்களால் உட்காரப்போவது போல சாய்ந்து, தடாரென்று கீழே அட்டத்தில் தொப்பென விழுந்தது. விலுக் விலுக்கென்று கால்களை உதைத்துக்கொண்டு, முகத்தை மணலில் தேய்த்துக்கொண்டு கொம்பு மணலுக்குள் இழுபட வாய் வழியே வேகமாக மூச்சுவிட்டது. அதன் கடைவாய் ஓரமாக ரத்தம் வழிந்து மணலில் ஓடியது. வாய் பிளந்தது. ஒரு கடைசி உதைப்பு. விலுக்...... அடங்கி விட்டது. நீண்டு விறைத்துப்போய்க் கண்விழி பிதுங்க நாக்கு வெளித்தொங்கக் கிடந்த காளையைக் கடைசி முறையாகப்

பார்த்துக்கொண்டே ரிவால்வரை உறைக்குள் போட்டுக் கொண்டார் சமீன்தார்.

அவர் முகத்தில் ஒரு திடீர் நிம்மதி ஏற்பட்டது. சிரித்துக்கொண்டார். "வாங்க போகலாம் மேடைக்கு" திரும்பி நடந்தார், பரிவாரமும் கூட்டமும் தொடர வாடிவாசலை நோக்கி.

"காரிக்காளை செத்துப்போச்சு!"

"ஜமீன்தாரு சுட்டுக்கொன்னுட்டாரு!"

"மிருகத்துக்கு ரோஸம் வந்தாலும் போச்சு! மனுசனுக்கு ரோசம் வந்தாலும் போச்சு!"

"என்ன இருந்தாலும் அது மிருகம்தானே!"

அவருக்குப் பின்னால் குரல்கள் ஆற்றுப் பக்கம் பூராவும் கேட்டுக்கொண்டிருந்தன.

◆◆◆

ஆசிரியரைப் பற்றி...

சி.சு. செல்லப்பா என்று அறியப்பட்ட சின்னமனூர் சுப்பிரமணிய ஐயர் செல்லப்பா (1912– 1998) மணிக்கொடி எழுத்தாளர். தமிழ் மறுமலர்ச்சிக் காலத்தில் படைப்பாளராக அறிமுகமாகி விமர்சகராக மாறிய சிற்றிதழ் முன்னோடி. புதுக்கவிதையை நிலைப்படுத்தியவர். 'இராஜராஜன்' உள்ளிட்டு 'விளக்கு' வரையிலான யார் வழங்கும் பரிசுகளையும் ஏற்க மறுத்த தனிப்போக்கிலான பிடிவாதக்காரர்.

1934இல் எழுதத் தொடங்கிய செல்லப்பா சிறுகதை, கவிதை, கட்டுரை, நாடகம், குறுநாவல் ஆகிய வடிவங்களில் 29 நூல்களைத் தந்துள்ளார். அதிலும் தன் இறுதிப் பத்தாண்டில் எழுதியவை மிகுதி. படைப்பு எண்ணிக்கையில் சிறுகதைகள் முதலிடமும் (17 தொகுதிகள்) கட்டுரைகள் இரண்டாமிடமும் பிடிக்கின்றன.

செல்லப்பாவின் பத்திரிகைகள் என்றால் எழுத்து, மணிக்கொடி, பாரததேவி, தினமணி, பார்வை, சுவை. பின்னால் நடத்திய எழுத்தும் (1959 – 70) அதன் பிரசுரங்களும் மிக முக்கிய மானவை. அவரைப் பார்த்திருக்கும் எவருக்கும் அவரை நினைக்கும்போது அவர் அணியும் எளிய

உடை மனத்தில் வந்து மறையும். இன்னும் சிலருக்கு, எழுத்து பிரசுரங்களைப் பைகளில் சுமந்து கன்னியாகுமரி, திருநெல்வேலி, திருச்சி மாவட்டங்களில் கல்லூரி கல்லூரியாய் ஏறி இறங்கிய காட்சி நினைவுக்கு வரும்.

சின்னமனூர், வத்தலகுண்டு, சென்னை, பங்களூரு ஆகிய ஊர்களில் வாழ்ந்திருந்தாலும் செல்லப்பாவுக்கு திருவல்லிக்கேணி, பிள்ளையார் கோவில் தெருதான் அடையாள வசிப்பிடம். அது செல்லப்பாவின் நினைவுச் சின்னங்களில் மற்றொன்று.

சி.எஸ். செல்லப்பாவை, சி.சு. செல்லப்பாவாக்கிய வ.ரா.வை இலக்கிய குருவாகக் கொண்டவர். பி.எஸ்.ராமையா வின் கதைகளையும் ந.பிச்சமூர்த்தியின் கவிதைகளையும் கொண்டாடியவர்.

சுதந்திரப் போராட்டத்தில் ஈடுபட்ட, பி.ஏ.வரை படித்த செல்லப்பாவுக்குப் படிப்பது, எழுதுவது, இலக்கியம் பற்றிப் பேசுவது, பத்திரிகையில் வேலை செய்வது போன்றவை பிடித்தமான செயல்கள் என்றாலும் ஏதாவது கைத்தொழிலாகச் செய்துகொண்டிருப்பது அவரது வாடிக்கை. அந்தத் தொடர்பில் உருவானதுதான் அவரது புகழ்பெற்ற ஜல்லிக்கட்டுப் புகைப்படம்.

நிறையவே அவர் எழுதியிருந்தாலும் சி.சு.செல்லப்பா என்றதும் பெரும்பாலோருக்கு உடனே நினைவுக்கு வருவது 'வாடிவாசல்' (குறுநாவல்), 'சரசாவின் பொம்மை' (சிறுகதைகள்), 'ஜீவனாம்சம்', 'சுதந்திர தாகம்' (நாவல்கள்) ஆகியவையே. செல்லப்பாவின் படைப்பாற்றலையும் அவருக்கும் கிராமத்துக்குமான உறவையும் அடையாளப்படுத்தும் குறுநாவல் 'வாடிவாசல்'.

பழ. அதியமான்

சி.சு. செல்லப்பா படைப்புகள்

1.	ஜீவனாம்சம்	நாவல்	எழுத்து பிரசுரம்
2.	சுதந்திரதாகம் – 3 பாகங்கள்	”	”
3.	வாடிவாசல்	குறுநாவல்	”
4.	முறைப்பெண்	நாடகம்	”
5.	மாற்று இதயம்	கவிதை	”
6.	நீ இன்று இருந்தால்	”	”
7.	புதுக் குரல்கள்	”	”
8.	சரசாவின் பொம்மை	சிறுகதை	கலைமகள் வெளியீடு
9.	மணல் வீடு	”	ஜோதிநிலையம் வெளியீடு
10.	சி.சு. செல்லப்பா சிறுகதைகள் (7 தொகுதிகள்)	”	எழுத்து பிரசுரம்
11.	கைதியின் கர்வம்	”	”
12.	சத்யாக்ரகி	”	”
13.	அறுபது	”	”
14.	செய்த கணக்கு	”	”
15.	பந்தயம்	”	”
16.	ஒரு பழம்	”	”
17.	நீர்க்குமிழி	”	”
18.	பழக்கவாசனை	”	”
19.	வெள்ளை	”	”
20.	தமிழ்ச் சிறுகதை பிறக்கிறது	கட்டுரை	”
21.	தமிழில் சிறுகதை முன்னோடிகள்	”	”
22.	இலக்கிய விமர்சனம்	”	”
23.	காற்று உள்ளபோதே	”	”
24.	ஏரிக்கரை	”	”

25. குறித்த நேரத்தில்	கட்டுரை	எழுத்து பிரசுரம்
26. எல்லாம் தெரியும்	”	”
27. ஊதுபத்திப்புல்	”	”
28. மாயத்தச்சன்	”	”
29. எனது சிறுகதைபாணி	”	”
30. பி.எஸ்.ராமையாவின் சிறுகதைப் பாணி	”	”
31. மணிக்கொடி சிறுகதை முதல்வர்கள்	”	பீகாக் பதிப்பகம்
32. இலக்கிய சுவை	”	”
33. படைப்பியல்	”	”

ஜீவனாம்சம்
(நாவல்)
சி.சு. செல்லப்பா
ரூ. 180

பிராமண விதவைப் பெண்ணாகிய சாவித்திரியின் மன உலகை நினைவோட்டமாக விவரித்துச் செல்கிறது நாவல். ஆனால் அதற்குள் வாசகரை வெவ்வேறு கோணங்களுக்குள் நுழையச் செய்யும் நுட்பம் கைவந்திருக்கிறது. பெண்ணொருத்தியின் வாழ்வாகிய பெரு வெளியைக் காட்டும் ஆற்றல் இதற்குள் பொதிந்திருக்கிறது.

முன்னுரையில் பெருமாள்முருகன்

கூடுசாலை
சி.சு. செல்லப்பா
தொ–ர்: பெருமாள்முருகன்
ரூ. 160

நாவல், சிறுகதை, கவிதை, விமர்சனம் ஆகிய துறைகளில் தீவிரமாகச் செயல்பட்ட சி.சு. செல்லப்பா, சிறுபத்திரிகைகளின் முன்னோடி எனத்தக்க 'எழுத்து' இதழைப் பத்தாண்டுகளுக்கும் மேலாக நடத்தியவர். 'மணிக்கொடி' காலத்தில் தொடங்கித் தொடர்ந்து எழுதிக்கொண்டிருந்த அவரின் நூற்றுக்கும் மேற்பட்ட சிறுகதைகள் அவராலேயே பல்வேறு தொகுப்புகளாக வெளியிடப்பட்டுள்ளன. அவற்றிலிருந்து தேர்ந்தெடுத்த ஆகச் சிறந்த ஒன்பது கதைகளின் தொகுப்பு இந்நூல். இன்றைக்கும் வாசிப்பிற்கு உகந்ததாக இருப்பதோடு பெரும் கதைசொல்லி அவர் என்பதையும் உணர்த்துபவை இக்கதைகள். மாடுகள் தொடர்பாக இத்தனை விவரங்களோடும் துல்லியத்தோடும் இவரளவுக்கு எழுதியவர்கள் இல்லை. வேளாண் வாழ்வில் மாடுகள் செல்வமாகக் கருதப்பட்டமைக்கு இக்கதைகள் அரிய சான்றுகள். மாடுகளை மையமாக வைத்து மனித உறவுகளும் மனநிலைகளும் செயல்பட்ட விசித்திரங்களை இவரது கதைகள் காட்டுகின்றன. அத்துடன் இயல்புடனும் கிராமத்துத் திண்ணைப் பேச்சுத்தன்மையிலும் அமைந்த மொழியை உத்தியாகவே கொண்டு எழுதியவர் அவர். மாடுகளைப் பற்றியல்லாமல் ஏற்கனவே கவனம்பெற்ற கதைகளையும் கொண்டுள்ள இத்தொகுப்பு சிறுகதை வரலாற்றில் சி.சு.செல்லப்பாவின் இடத்தையும் உறுதிப்படுத்துகிறது.

பெருமாள்முருகன்

தமிழ்ச் சிறுகதை பிறக்கிறது

(விமர்சனக் கட்டுரைகள்)

சி.சு. செல்லப்பா

ரூ. 240

1921 – 1939 காலகட்டத்தில் வ.வே.சு.ஐயர், அ.மாதவையா, றாலி, பி.எஸ்.ராமையா, கல்கி, எம்.எஸ். கல்யாணசுந்தரம், ந.பிச்சமூர்த்தி, கு.ப. ராஜகோபாலன், சி.சு. செல்லப்பா, சங்கு ஸுப்ரமண்யன், புதுமைப்பித்தன், பெ.கோ. சுந்தரராஜன், ந. சிதம்பர சுப்ரமண்யன், தி.ஜ.ரா., மௌனி, லா.ச.ராமாமிர்தம் ஆகிய கதாசிரியர்கள் எழுதிய புதுமையான உருவ – உள்ளடக்கங்களைக்கொண்ட சிறுகதைகளைக் காலவரிசைப்படி எடுத்துக்கொண்டு, சிறுகதை வளர்ச்சியில் அவற்றின் பங்களிப்பு என்ன, நிறை குறைகள் என்ன என்பவற்றை விரிவாக ஆராய்கிறது 'தமிழ்ச் சிறுகதை பிறக்கிறது.'

பிரம்மாண்டமும் ஒச்சமும்

(சி.சு. செல்லப்பா படைப்புலகம்)

தொ–ர்: பெருமாள்முருகன்

ரூ. 100

இந்நூல் சி.சு. செல்லப்பா பற்றிய நினைவுகள் மற்றும் மதிப்பீடுகளின் தொகுப்பு. 2003 மே மாதம் காலச்சுவடு அறக்கட்டளையும் சேலம் 'வயல்' அமைப்பும் இணைந்து நடத்திய கருத்தரங்கில் வாசிக்கப்பட்ட கட்டுரைகள் இவை. செல்லப்பா பற்றிய ஏக்கங்கள் முதல் கறாரான விமர்சனங்கள் வரை பல பார்வைகளை இத்தொகுப்பு வெளிப்படுத்துகிறது.